D1771045

வீரபாண்டிய கட்டபொம்மன்

மு. கோபி சரபோஜி

இராமநாதபுரம் மாவட்டத்தில் உள்ள அழகன்குளம் என்ற கிராமத்தில் பிறந்தவர். அறிவியலில் இளங்கலைப் பட்டமும் தமிழில் முதுகலைப் பட்டமும் பெற்றிருக்கிறார். தனியார் நிறுவனம் ஒன்றில் கணக்காளராகப் பணியாற்றி வருகிறார். கவிதை, கட்டுரை, வாழ்க்கை வரலாறு, தன்னம்பிக்கை, வரலாறு, ஆன்மிகம், புனைவு என்று எழுத்தின் பல தளங்களிலும் பயணித்து வருகிறார். அச்சு, இணைய இதழ்களில் இவர் படைப்புகள் வெளிவந்திருக்கின்றன. 26 நூல்களும் 10 மின் நூல்களும் வெளிவந்திருக்கின்றன.

வீரபாண்டிய கட்டபொம்மன்

மு. கோபி சரபோஜி

கிழக்கு

வீரபாண்டிய கட்டபொம்மன்
Veerapandiya Kattabomman

M. Gopi Saraboji ©

First Edition: January 2022
112 Pages
Printed in India.

ISBN: 978-93-90958-11-5
Kizhakku - 1241

Kizhakku Pathippagam

177/103, First Floor, Ambal's Building, Lloyds Road, Royapettah, Chennai - 600 014. Ph: +91-44-4200-9603
Email : support@nhm.in Website : www.nhm.in

■ kizhakkupathippagam ᘳ kizhakku_nhm

Author's Email : nml.saraboji@gmail.com

Kizhakku Pathippagam is an imprint of New Horizon Media Private Limited

The views and opinions expressed in this book are the author's own and the facts are as reported by the author, and the publishers are not in any way liable for the same.

All rights reserved. No part of this publication may be reproduced, stored in a retrieval system, or transmitted, in any form or by any means, electronic, mechanical, photocopying, recording or otherwise, without the prior permission of the publishers.

வேலு மனோகரன் கலை மற்றும் அறிவியல் மகளிர் கல்லூரி சேர்மன் திரு. வேலு. மனோகரன் அவர்களுக்கு இந்நூல் சமர்ப்பணம்.

உள்ளடக்கம்

1. கட்டபொம்மன் பரம்பரையும் பாஞ்சாலங்குறிச்சியும் / 11
2. அடிமைப்பட்டிருந்த கட்டபொம்மு பரம்பரை / 16
3. முதல் எதிர்ப்புக் குரல் / 23
4. கட்டபொம்மனும், ஜாக்சனும் / 30
5. புரட்சிப்பாதையை நோக்கி... / 50
6. பாஞ்சாலங்குறிச்சியைச் சூழ்ந்த போர் மேகங்கள் / 67
7. கண் துடைப்பு விசாரணையும், தீர்ப்பும் / 84
8. இரு கேள்விகள் / 92
9. கட்டபொம்மன் காலவரிசை / 101
10. கட்டபொம்மன் - எட்டப்பன் / 106

கொஞ்ச நேரம்...

ஆங்கிலேய கும்பெனியின் ஆட்சிக்கு எதிராக முழக்கமிட்டு எதிர் நின்ற பாளையக்காரர்களில் வரலாற்றாசிரியர்களால் முன் நிறுத்தப் படுபவர்களில் முக்கியமானவர் 'வீரபாண்டிய கட்டபொம்மன்'. தேசபக்தனாக போற்றப்படும் அளவுக்கு அவரை கொள்ளைக் காரனாகவும், ஆங்கிலேய அடிவருடியாகவும்கூட அடையாளப் படுத்திய வரலாறுகள் அநேகம். இதில் சுவாரசியம் என்ன வென்றால் இரண்டிற்கும் ஆதாரமாக இருப்பவைகள் ஒரே மூலங்கள்தான்!

பாளையங்கள், பாளையக்காரர்கள் சார்ந்த அனைத்து நூல் களுக்கும் கர்னல் வெல்ஷ் எழுதிய 'ராணுவ நடவடிக்கைகளின் ஞாபகங்கள்', 'திருநெல்வேலி கெஜட்', 'மதுரை கெஜட்', பேட்டின் 'திருநெல்வேலி சரித்திரம்' (1917), ஹீரான் பாதிரியார் எழுதிவைத்த 'யுத்த குறிப்புகள்', கால்டுவெலின் 'திருநெல்வேலி சரித்திரம்' (1881) ஆகிய ஆங்கில மூல நூல்களே அடிப்படை ஆதாரமாக இருக்கின்றன.

இந்த ஆங்கில மூலங்கள் நிகழ்வுகள் நடந்த காலத்திலேயே பதிவாக்கப்படவில்லை. பிந்தைய காலத்திலேயே அந்தந்த ஆசிரியர்களால் நினைவில் இருந்து பதிவு செய்து தொகுக்கப் பட்டவைகளாகும். இதன் தொடர்ச்சியாக வீரபாண்டிய கட்டபொம்மனை உயர்த்தியும், தாழ்த்தியும் எழுதப்பட்ட

நூல்களுக்கு மூலமாக ஜெகவீரபாண்டியனார் எழுதிய 'பாஞ்சாலங்குறிச்சி வீர சரித்திரம்', குருகுகதாச பிள்ளை எழுதிய 'திருநெல்வேலி சீமை சரித்திரம்', 'ஆனந்தரங்கம் பிள்ளையின் நாட்குறிப்புகள்' மூலங்களாக அமைந்தன. இவைகளின் மூலம் கட்டபொம்மனின் இருவேறு முகங்கள் வரலாறாக எழுதப் பட்டன. 'எழுதப்பட்டன' என்று சொல்வதைவிட 'புனையப் பட்டன' என்று சொல்வது இன்னும் பொருத்தமாக இருக்கும். புனைவுகளுக்கு வலு சேர்ப்பதற்காக ஆவணங்களோடு, நாடகம், கும்மி, கூத்துப் பாடல்கள், நாட்டுப்புறக் கலை வடிவங்கள், திரைப்படங்கள் ஆகியவைகளும் பயன்படுத்தப் பட்டன. அரசாங்கமும் தத்தம் பங்கிற்கான பங்களிப்புகளைச் செய்தன. செய்தும் வருகின்றன.

இந்தச் சூழலின் தொடர்ச்சியில் வெளியாகி இருக்கும் இந்நூல் அம்முயற்சிகளில் ஒன்றாக இல்லாதிருப்பது இதன் சிறப்பு என்பேன். கட்டபொம்மனை உயர்த்தியோ, தாழ்த்தியோ ஏற்பு நிலை கொள்ளாது நடுநிலைத்தன்மையில் எழுத முயன்றிருக் கிறேன். மூலங்களில் சொல்லப்பட்டிருக்கின்ற தகவல்களை எடுத்துக் காட்டியிருப்பதோடு அதை வரலாற்றாசிரியர்கள் தத்தம் நூல்களில் எப்படி அணுகியிருக்கிறார்கள் என்பதையும் சுட்டிக்காட்டி இருக்கிறேன்.

முன்பே நம்மிடையே இருக்கின்ற ஆதாரங்கள், சான்றுகள் வழியே மட்டுமே வரலாறுகளை மீட்டுருவாக்கமோ, மீளாய்வோ செய்ய முடிகிறது என்ற நிலையில் இத்தொகுப்பும் அதிலிருந்து தப்பவில்லை. பாஞ்சாலங்குறிச்சியின் தோற்றம், கட்டபொம்மனின் ஆரம்ப காலம், பாளையக்காரர்களுடனும், ஆங்கிலேயர்களுடனும் அவருக்கிருந்த தொடர்பு, முரண்பாடு, அதன் பொருட்டு ஏற்பட்ட நிகழ்வுகள், அவரின் இறுதி நாட்கள் ஆகியவைகள் வழியே நகரும் இத்தொகுப்பு 'வீரபாண்டிய கட்டபொம்மன்' என்ற வீரனின் சித்திரத்தை சரியாக உள்வாங்கிக் கொள்ள உதவும் என நம்புகிறேன்.

சிநேகமுடன்

மு. கோபி சரபோஜி

1

கட்டபொம்மன் பரம்பரையும், பாஞ்சாலங்குறிச்சியும்

பல்லாரி நாட்டில் வாடிக்கோட்டை என்னும் நகரில் பால்ராஜா என்னும் சிற்றரசன் ஆட்சி செய்துவந்தான். அவன் முப்பத்து இரண்டு ஊர்களுக்குத் தலைவனாக இருந்தான். மூன்று வருடங்களாக மழை இல்லாததால் நாட்டில் பஞ்சம் நிலவி வந்தது. அச்சமயத்தில் தேசம் முழுவதையும் ஆட்சி செய்து வந்த முஸ்லீம் மன்னன் பால்ராஜாவின் மகளை மணம் செய்ய விரும்பி தூது அனுப்பினான்.

பெண் கொடுக்க விருப்பமில்லாத நிலையில் பால்ராஜா முஸ்லீம் மன்னனை எதிர்க்க பலமில்லாமலும் மறுத்துக் கூற தைரியமில்லாமலும் குடும்பத்தோடு இரவோடு இரவாக பல்லாரியைவிட்டு தென்னாடு நோக்கி வந்தான். சாலிகுளம் என்னும் இடத்தில் வந்து தங்கி வாழ ஆரம்பித்தான். பால்ராஜாவின் எட்டாவது புதல்வன் 'பொம்மு'. சிறந்த வீரன்.

அவன் இளைஞனாக இருந்தபோது கொள்ளையிட்ட பொருள்களோடு அவ்வழியே வந்த கள்ளர்களை எதிர்த்து

நின்றான். அவர்களை வீழ்த்தி கட்டிவைத்ததோடு கொள்ளையிட்ட பொருள்களையும் மீட்டு உரியவர்களிடம் ஒப்படைத்தான். அவனின் வீரத்தைக் கண்ட மக்கள் ‘கெட்டி பொம்மு’ என்றழைத்தனர்.

அச்சமயத்தில் சாலிகுளத்திற்கு அருகில் இருந்த அழகிய பாண்டியபுரம் என்ற நகரை ஜெகவீரபாண்டியன் என்ற பாண்டிய மன்னன் ஆட்சி செய்து வந்தான். பொதியமலைச் சிற்றரசனாகிய அழகிய ஆய் என்பவனை ஜெகவீரபாண்டியன் வென்றதன் அடையாளமாக அம்மலையடிவாரத்தில் இருந்த ஒரு ஊருக்கு அழகிய பாண்டியபுரம் என பெயரிட்டதாக தமிழக ஊரும், பேரும் நூல் குறிப்பிடுகிறது.

மன்னன் ஜெகவீரபாண்டியன் கொள்ளையர்களை வீழ்த்திய பொம்முவைப்பற்றிக் கேள்விப்பட்டு அவனைத் தன் அவைக்கு அழைத்து, அவன் வீரத்தைப் பாராட்டி கௌரவித்தான்.

இப்பாண்டிய மன்னனுக்கு எதிராக புதியம்புத்தூர், ஆரைக்குளம் என்னும் பகுதிகளை ஆண்டுவந்த விஜயராமன், உக்கிரசிங்கன் இருவரும் அழகிய வீரபாண்டியபுரத்தை கைப்பற்றும் நோக்கில் படைதிரட்டி வந்தனர். அச்சமயத்தில் ஜெகவீரபாண்டியனுக்கு ஆதரவாக கெட்டிபொம்மு களத்தில் நின்றான். அப்போரில் பாண்டிய மன்னன் வெற்றி பெற்றான். அதன் பின் அவனுக்கும், கெட்டி பொம்முவுக்கும் நெருக்கம் அதிகமானது.

ஜெகவீரபாண்டியன் தனக்கு வாரிசு இல்லாத நிலையில் கெட்டிபொம்முவை தனது அடுத்த வாரிசாக அறிவித்தான். ‘இனி வரும் காலங்களில் என் பெயர் உன் வம்ச பெயருடன் இணைந்து வர வேண்டும்’ என ஜெகவீரபாண்டியன் விடுத்த வேண்டுகோளை ஏற்று கெட்டிபொம்மு நாயக்க வாரிசுகளின் பெயரோடு பாண்டியன் என்ற பெயரையும் இணைத்துக் கொண்டான். ‘கெட்டி’ என்ற சொல்லுக்கு தெலுங்கில் ‘வல்லமை’ என்று பெயர். ‘கெட்டி பொம்மு’ என்ற தெலுங்குப் பெயர் தமிழில் ‘கட்டபொம்மு’ என மருவியது.

தமிழக நாயக்க மன்னர்களின் வரலாற்றை எழுதி இருக்கும் தஞ்சை நா. எத்திராஜ், ‘ஜெகவீரபாண்டிய மன்னனிடம் தெலுங்கு தேசத்தில் இருந்து குடியேறிய நாயக்கர்கள் சேவகம் செய்து வந்தார்கள். அச்சமயத்தில் அப்பகுதியில் மக்களுக்கும், அரசுக்கும் மிகுந்த தொல்லை தந்து வந்த மணிக்கட்டி கள்ளன்

என்பவனை அம்மன்னனிடம் சேவகம் செய்து வந்த நாயக்கர்களில் ஒருவன் அடக்கி சிறை பிடித்தான். அவனின் செயலைப் பாராட்டி அவனுக்கு கௌரவமும், படைத்தளபதி என்ற உயர் பதவியையும் மன்னன் கொடுத்தான். தனக்கு வாரிசு இல்லாத நிலையில் தன் வாரிசாக அந்நாயக்கனை அறிவித்ததோடு தன் விருப்பமாக தன் வம்ச பெயரினை உன் வம்சத்துக்கும் இட்டு வர வேண்டும் என கேட்டுக் கொண்டான்' என்று வேறு ஒரு தகவலை குறிப்பிடுகிறார்.

இத்தகைய கூற்றுகளை அக்கால கட்டத்தின் சமகால வரலாற்று நிகழ்வுகளையும், புள்ளி விபரங்களையும், தகவல்களையும் முன் வைத்து மறுக்கும் தமிழ்வாணன் உள்ளிட்டோர், விசுவநாத நாயக்கர் ஆட்சிக்காலத்தில் ஆந்திராவில் இருந்து தெலுங்கர்கள் பெருமளவு தமிழகத்தில் குடியேறினர். அவர்கள் 'கம்பளத்தார்' என்றழைக்கப்பட்டனர். தோகலவார். மேகலவார், பாலவார், பெல்லவார், சில்லவார், குரு சில்லவார், எற சில்லவார், கொல்லவார், மல்லவார் என ஒன்பது பிரிவுகள் கொண்ட அச்சாதியில் கட்டபொம்மனின் பரம்பரையினர் தோகலவார் பிரிவைச் சேர்ந்தவர்கள்.

இந்தப் பரம்பரையில் வந்த காட்ர கட்ட பிரமையா எட்டயபுரம் பாளையக்காரரிடம் அடைப்பக்காரனாக (அரசனுக்கு வெற்றிலை பாக்குக் கொடுப்பவர் அடைப்பக்காரர் எனப் பட்டனர்) பணியில் சேர்ந்தான்.

எட்டையபுர பாளையத்தை அடுத்து இருந்த செக்காரப்பட்டி என்ற ஊரை, தனது பாளையத்துடன் இணைத்துக்கொள்ளும் நோக்கோடு எட்டயபுர பாளையக்காரரால் காட்ர கட்ட பிரமையா அங்கு அனுப்பி வைக்கப்பட்டான். அவ்வூரின் ஊர்க்காவல் வேலையில் சேர்ந்த காட்ர கட்ட பிரமையா வெவ்வேறு பகுதிகளிலும் வழ்ந்து வந்த தன் உறவினர்களையும், இனத்தவர் களையும் மெள்ள மெள்ள அவ்வூரில் குடியேற்றினான்.

இப்படியாக அங்கு தன் நிலையை வலுப்படுத்திக் கொண்டதும் காட்ர கட்ட பிரமையாவின் மனம் மாறிப்போனது. தானே அவ்வூரைக் கைப்பற்ற நினைத்தான். அந்த எண்ணத்தை நிறை வேற்றிக் கொள்வதற்காக பாண்டிய வம்சத்தில் எஞ்சியிருந்த குறுநில அரசராக சுருங்கியிருந்த இளம் பஞ்ச வழுதிகளைப் பயன்படுத்த முடிவு செய்தான்.

சொக்காரப்பட்டியை நோக்கி படை திரட்டி வர எட்டப்ப நாயக்கருக்கு தகவல் கொடுத்த கையோடு இளம்பஞ்ச வழுதிகளுக்கும் தகவல் சொல்லியனுப்பினான். காட்ர கட்ட பிரமையாவின் திட்டம் அறியாது அங்கு வந்த எட்டப்ப நாயக்கரின் படை பஞ்ச வழுதிகளின் எதிர்பாராத தாக்குதல் களால் சிதறி ஓடியது. இளம் பஞ்ச வழுதிகள் தங்கள் படையில் ஒரு தளபதியாக காட்ர கட்ட பிரமையாவை நியமித்தார்கள்.

காட்ர கட்ட பிரமையாவின் மகன் கட்ட பிரமையா. சூழ்ச்சிகள் செய்து எதிரிகளை வீழ்த்துவதிலும், மறைந்திருந்து தாக்குவதிலும் கெட்டிக்காரனாக இருந்ததால் அவனது இயற்பெயரான பொம்மு என்பதோடு 'கெட்டி' என்பதைச் சேர்த்து 'கெட்டி பொம்மு' என்றழைத்து வந்தனர். அந்தப் பெயரே 'கட்டபொம்மு' என்றாகி தமிழில் 'கட்டபொம்மன்' என்றானது என கட்டபொம்மன் பரம்பரையின் தோற்றுவாய் குறித்து வேறொரு கூற்றை முன் வைக்கின்றனர் வேறு சிலர்.

திருநெல்வேலி சரித்திரம் நூலில், 'பொம்மா என்பது பொதுவான தெலுங்குப் பெயர். தமிழ்நாட்டில் அப்பெயருக்குச் சின்ன பொம்மா, சிறிய பொம்மா அல்லது கட்டை பொம்மா அதாவது குள்ளமான பொம்மா என்ற பண்புச் சொற்களைப் பெயருக்கு முன் சேர்த்தார்கள். இப்பெயர் ஆங்கிலத்தில் 'கேட்ட பொம்ம நாய்க்' (Cataboma Naig) என்றாகி 'கேட்' (Cat) எனக் குறுகியது. ஆங்கில சிப்பாய்கள் சாதாரணமாக அவனை பூனை என்றே அழைப்பதுண்டு. கடைசி கட்டபொம்ம நாயக்கன் வீரபாண்டிய கட்டபொம்மன் என்றழைக்கப்பட்டான்' என்று கால்டுவெல் குறிப்பிடுகிறார்.

கட்டபொம்மன் பரம்பரையின் தோற்றுவாய் குறித்து வேறுபட்ட கருத்துகள் வரலாற்றாய்வாளர்களிடையே நிலவுவதைப்போல பாஞ்சாலங்குறிச்சி பாளையத்தின் தோற்றம் குறித்தும் வேறுபட்ட தகவல்கள் வாசிக்கக் கிடைக்கின்றன.

பாஞ்சாலங்குறிச்சி பாளையத்தின் தோற்றம்

வாரிசு அற்ற நிலையில் பாண்டிய மன்னனுக்குப் பின் ஆட்சிக் கட்டிலில் ஏறிய கெட்டிபொம்மு நாயக்கன் சுற்றுப்பகுதியில் இருந்த காடுகளை எல்லாம் அழித்து குடியிருப்புகளை ஏற்படுத்தி தன் உறவினர்களையும், இனத்தவர்களையும் குடியேற்றினான்.

அச்சமயத்தில் சாலிகுளம் அருகில் இருந்த காட்டில் சிலர் வேட்டைக்குச் சென்றபோது வேட்டைநாய்கள் ஒரு முயலை விரட்டிச் சென்றது. உயிருக்குப் பயந்து ஓடிக்கொண்டிருந்த முயல் ஒரு மேடான இடத்தை அடைந்ததும் திடீரெனத் திரும்பி வேட்டை நாயை எதிர்த்து நின்று விரட்டியது. இதை அறிந்த கெட்டி பொம்மு அந்த இடத்தில் ஒரு கோட்டையை எழுப்பி தன் மூதாதையர் பாஞ்சாலன் நினைவாக 'பாஞ்சாலங்குறிச்சி' எனப் பெயரிட்டான் என ஜெகவீரபாண்டியனார் குறிப்பிடுகிறார்.

வீரபாண்டிய கட்டபொம்மன் வரலாற்றை எழுதியுள்ள பெரும் பாலான வரலாற்று ஆசிரியர்கள் தங்களது நூல்களில் இதை மேற்கோள் காட்டியிருக்கும் நிலையில் பூலித்தேவன் வரலாற்றை எழுதி இருக்கும் ராசய்யா உள்ளிட்டவர்கள், நெற்கட்டான் செவ்வல் கோட்டை உருவான வரலாறுக்கும் இதே கதையைச் சுட்டிக் காட்டுகின்றனர். செவிவழிச் செய்தியான இத்தகவலுக்கு வீரபாண்டிய கட்டபொம்மன், பூலித்தேவன் ஆகியோரின் வரலாறுகளை எழுதிய ஆசிரியர்கள் உரிமை கொண்டாடும் நிலையில், இது ஒரு கட்டுக்கதை, செவிவழிச் செய்திகளைக்கொண்டு வரலாற்றில் புனையப்பட்ட புளுகு என சில வரலாற்றாய்வாளர்கள் மறுப்பதோடு வேறு ஒரு தகவலையும் பதிவு செய்கின்றனர்.

கட்ட பிரமையா இளம் பஞ்ச வழுதிகளை காட்டிக் கொடுத்தான். அவர்கள் வீரமரணமடைந்து விழுந்த இடம் கட்ட பிரமையாவுக்குக் கிடைத்தது. வஞ்சனையால் கிடைத்த இடத்தில் இருந்த காடுகளை எல்லாம் அழித்து உறவினர் களையும், இனத்தவர்களையும் அங்கு கொண்டுவந்து குடியேற்றி, அந்த இடத்திற்குப் பாஞ்சாலங்குறிச்சி எனப் பெயரிட்டான். அவ்விடமே பாஞ்சாலங்குறிச்சி பாளையம் ஆயிற்று என்கின்றனர்.

விசுவநாத நாயக்கர் ஆட்சியின்போது உருவாக்கப்பட்ட பாளையங்களில் பாஞ்சாலங்குறிச்சி பாளையமும் இருந்தது என்பதற்கான பட்டியலும், இல்லை என்பதற்கான பட்டியலும் சமகால வரலாற்று நூல்களில் பதிவாகி இருப்பதால் பாஞ்சாலங்குறிச்சி பாளையம் எக்கால கட்டத்தில் உருவானது என்பதை அறுதியிட முடியாத நிலையே வரலாற்று ஆசிரியர்களிடம் இருப்பதை தெளிவாக அறிய முடிகிறது.

2

அடிமைப்பட்டிருந்த கட்டபொம்மு பரம்பரை

நாயக்க ஆட்சியின் வீழ்ச்சியை தங்களுக்குச் சாதகமாக்கிக் கொள்ள நினைத்த பல பாளையக்காரர்கள் வரி தர மறுத்து நின்றனர். தென்பாண்டி நாட்டு மறவர் பாளையக்காரர்களோ நாயக்க ஆட்சிப் பகுதியில் இருந்து தங்களை விடுவித்துக் கொண்டு சுதந்திர அரசை உருவாக்க முனைந்தனர். அச்சமயத்தில் நாயக்க வம்ச ஆட்சி உரிமையில் அரசி மீனாட்சிக்கும், பங்காரு திருமலைக்கும் இடையே போட்டி நிலவியது. அப்போட்டியைப் பயன்படுத்தி ஆற்காடு நவாப் சாந்தாசாகிப் உள்ளே நுழைந்தான். 1736ல் மீனாட்சியை பதவி நீக்கம் செய்து மதுரை அரசைக் கைப்பற்றினான்.

பாளையக்காரர்கள் நாயக்க அரசுக்கு விசுவாசம் கொண்டவர்களாக இருந்ததால் அவர்களிடம் இருந்து பெரிய அளவில் எதிர்ப்பு வரக்கூடும் என்றெண்ணிய நவாப், அவர்களை ஒடுக்கும் நடவடிக்கையில் இறங்கினான். புதுக்கோட்டை, உடையார் பாளையம், அரியலூர் பாளையங்களைத் தாக்கி

வெற்றியோடு முன்னேறியவர்களை திருநெல்வேலி சீமையில் இருந்த பாளையக்காரர்கள் ஒன்று திரண்டு தடுத்து நிறுத்தினர்.

ஆனால், சாந்தாசாகிப்பின் சகோதரர்களான புடாசாகிப், சதக்சாகிப் இருவரின் தலைமையிலான படை பாளையக்காரர்களை வெற்றிகொண்டது. பாளையக்காரர்களை ஒடுக்கி அவர்களைக் கண்காணிக்க காவல் முகாம்களை அமைத்தனர். புடாசாகிப் மதுரைக்கும், சதக் சாகிப் திண்டுக்கல்லுக்கும் படைகளுடன் வந்து ஆற்காட்டு நவாப் பிரதிநிதியான சாந்தாசாகிப்பிற்காக வரிவசூல் செய்ய ஆரம்பித்தனர். சதக்சாகிப் தென்னாட்டில் 'சாதிக்கான்' என்று அழைக்கப்பட்டான்.

முஸ்லீம் ஆட்சியாளர்களுக்கு எதிரான மனநிலையிலும், சுதந்திர ஆட்சியை நிறுவிக்கொள்ளும் முனைப்பிலும் இருந்த பாளையக்காரர்களிடமிருந்து வரி வசூல் செய்வது சாதிக்கானுக்கு அத்தனை எளிதான செயலாக அமையவில்லை. திருநெல்வேலியில் தங்கியிருந்து தன் படை வீரர்களை திசைக்கொரு பக்கமாக அனுப்பியும் அவனது எண்ணம் ஈடேறவில்லை. நவாப்பிற்கு வரி தர மறுத்த பாளையக்காரர்களால் எங்கும் குழப்பங்களே நிறைந்து நின்றன.

என்ன செய்வது எனத் தெரியாமல் தவித்து நின்ற சாதிக்கான் பாஞ்சாலங்குறிச்சியின் பாளையக்காரராக இருந்த ஜெகவீர பாண்டிய கட்டபொம்மனின் உதவியை நாடினான். அவனின் கோரிக்கையை ஏற்று இரண்டு மாதங்களுக்குள் அனைத்தையும் சரிசெய்து தருவதாக ஜெகவீர பாண்டிய கட்டபொம்மன் ஆறுதல் கூறி அனுப்பினான்.

சாதிக்கானுக்கு கொடுத்த வாக்கைக் காப்பாற்றுவதற்காக அதற்கடுத்த வாரத்தில் படைகளைத் திரட்டி பாஞ்சாலங்குறிச்சியைச் சுற்றி இருக்கின்ற பாளையங்களுக்குள் ஜெகவீர பாண்டிய கட்டபொம்மன் நுழைந்தான். அப்பகுதியில் இருந்த ஆட்சியாளர்களிடமிருந்து வரி வசூல் செய்து சாதிக்கானிடம் கொடுத்தான். அதனால் 'திக்குவிஜயன்' என்று அழைக்கப்பட்டான்.

ஜெகவீரபாண்டிய கட்டபொம்மன் செய்த உதவிக்காக சாதிக்கான் 'சின்ன நவாபு' என்ற பட்டத்தை அவனுக்கு வழங்கியதோடு

வீரபாண்டிய கட்டபொம்மன் | 17

இனி வரிவசூலாக வரும் தொகையில் ஆறில் ஒரு பங்கை எடுத்துக்கொண்டு மீதத்தை மட்டும் அனுப்பி வைக்குமாறு கூறினான். இத்தகவல்களை,

> 'வருதிறையில் ஆறிலொன்றை வைத்துக் கொண்டைந்தை மட்டும்
> இருமுறையா யெமக்கனுப்பி யிதம்புரிந்து வருகவென
> அருமனி மாலையொன்றை அன்புடனே அவனெடுத்துப்
> பெருமையுடன் இவன் கழுத்தில் பேணியணிந் துபசரித்தான்.
> தென்னாட்டுக் குன்னை நாம் சின்னநவா பென்றுவைத்தோம்'

என்று வீரபாண்டியம் நூல் பதிவு செய்கிறது. 'திக்குவிஜயன்' ஜெகவீரபாண்டியனின் ஆட்சிக்காலம் குறித்து மாறுபட்ட தகவல்களே வாசிக்கக் கிடைக்கின்றன.

1760 - 1790 காலகட்டத்தில் ஆட்சி புரிந்த வீரபாண்டிய கட்டபொம்மனின் தந்தை ஜெகவீரபாண்டிய கட்டபொம்மன் காலத்தில் மேற்குறித்த நிகழ்வுகள் நிகழ்ந்ததாக பாஞ்சாலங் குறிச்சி வீர சரித்திரம் நூலில் ஜெகவீரபாண்டியனார் குறிப்பிடுகிறார். பல வரலாற்று ஆசிரியர்களும் தத்தமது நூல்களில் இந்த நிகழ்வுக்கான காலகட்டமாக ஜெகவீர பாண்டியனார் கூறியுள்ளதையே குறிப்பிட்டிருக்கின்றனர்.

'கட்டபொம்மனும், கலெக்டர் ஜாக்சனும்' நூலில், வரலாற்றாசிரியர் செ.திவானும் வீரபாண்டிய கட்டபொம்மனை அறிமுகப்படுத்தும்போது திக்குவிஜயனுக்கும், ஆறுமுகத்தம் மாளுக்கும் பிறந்தவர் என்று குறிப்பிடுகிறார். ஆனால், இக்கருத்தில் மற்ற சில வரலாற்றாசிரியர்கள் உடன்படவில்லை.

இச்சம்பவமானது சாந்தாசாகிப் படையெடுப்பின்போது அதாவது 1736 காலகட்டத்தில் நடைபெற்றது. அச்சமயத்தில் வீரபாண்டிய கட்டபொம்மனின் தந்தை ஆட்சி செய்யவில்லை. கெட்டி பொம்மு என்றழைக்கப்பட்ட கட்டபிரமையா ஆட்சி செய்துவந்தான். அவனுக்குத்தான் முதன் முதலில் ஜெகவீர பாண்டியனின் பெயரை இணைத்து 'ஜெகவீரபாண்டிய கட்டபொம்மு' என்று பெயர் சூட்டப்பட்டது. அந்தப் பெயர் அவன் வழி வந்த வீரபாண்டிய கட்டபொம்மனின் தந்தைக்கும் சூட்டப்பட்டது. இந்தப் பெயர் குழப்பத்தால் ஆட்சிக்கால நிகழ்வுகளை தன் நூலில் ஜெகவீரபாண்டியனார் தவறாக பதிவு செய்துள்ளார் என்கின்றனர்.

ஆனால், கெட்டி பொம்முவின் ஆட்சிக்காலத்தை ஜெகவீர பாண்டியனார் 1148 - 1171 என வரையறுக்கிறார். எப்படி இருப்பினும் சாந்தாசாகிப்பின் படையெடுப்பையும், சாதிக்கானின் வரிவசூல் காலத்தையும் ஒப்பிட்டுப் பார்க்கும் போது மேற்கூறிய நிகழ்வு வீரபாண்டிய கட்டபொம்மனின் தந்தை காலத்தில் நிகழ்ந்திருக்க வாய்ப்பில்லை என்றே தெரிகிறது. இவனை அடுத்து பாஞ்சாலங்குறிச்சி பாளையக் காரராக பதவி வகித்தவன் 'பொல்லாப்பாண்டிய கட்டபொம்மன்'.

பொல்லாப் பாண்டிய கட்டபொம்மன்

இவனின் ஆட்சிக் காலத்தில் தென்னாடு முழுவதும் நவாப்பின் ஆட்சியின் கீழ் வந்திருந்தது. பிரெஞ்சு படைகளின் தொடர் தோல்வி, ஆங்கிலேயர்கள் கர்நாடகத்தில் பெற்ற வெற்றி அதன் தொடர்ச்சியாக நாடு பிடிக்கும் திட்டத்துடன் கூடிய அவர்களின் நகர்வுகள் ஆகியவைகள் வரலாற்றில் புதிய பக்கங்களை எழுத ஆரம்பித்தன. திருச்சியில் இருந்த முகமது அலிக்கு ஆதரவாக களத்தில் இறங்கிய ஆங்கிலேயர்கள் சாந்தாசாகிப்பைக் கொன்றனர்.

ஆங்கிலேயர்களின் துணையோடு ஆற்காடு நவாப்பாக பதவியில் அமர்ந்த முகமது அலி அவர்களிடமிருந்து ஏராளமான பணத்தைக் கடனாக பெற்றான். ஆடம்பர செலவினங்களுக்கும், சுக போகங்களுக்கும் அவன் கேட்கும்பொழுதெல்லாம் மறுப்பே சொல்லாமல் ஆங்கிலேயர்கள் அள்ளிக் கொடுத்தனர்.

கிள்ளிக் கொடுக்காது அள்ளிக் கொடுத்ததால் ஏற்பட்ட கடனுக்காக கி.பி. 1763ல் இன்றைய செங்கல்பட்டு மாவட்டத்தை கும்பெனியாருக்கு நவாப் விட்டுக்கொடுத்தான். அளவுக்கு மீறிய கடனால் நவாப்பின் பணத் தேவை அதிகமானது. அதன் பொருட்டு வரிவசூல் செய்யவும், தன்னுடைய ஆட்சி மற்றும் அதிகார உரிமையை உறுதிப்படுத்திக் கொள்ளவும் பாளையங்கள் மீது தாக்குதல்களை நடத்த நவாப் முகமது அலி முடிவு செய்தான். திருநெல்வேலி சீமைக்குள் நுழைந்த நவாப்பின் படைகள் பாளையக்காரர்களிடமிருந்து கடுமையான எதிர்ப்பை எதிர் கொண்டது. வரிவசூல் அத்தனை எளிதாக அமையவில்லை.

எனவே நவாப் ஆங்கிலேயர்களின் உதவியை நாடினான். 1755ல் ஆற்காடு நவாப்பும், ஆங்கிலேயர்களும் உடன்பாடு செய்து கொண்டனர். இதன் மூலம் தெற்கு சீமையில் ஆற்காடு நவாப்பிற்கு வரவேண்டிய வரிகளை வசூலித்து அதில் ஆறில் ஒரு பங்கை மட்டும் நவாப்பிற்குக் கொடுத்துவிட்டு எஞ்சிய தொகையை அவனது கடனுக்காக வரவு வைத்துக் கொள்ளும் உரிமை ஆங்கிலேயருக்குக் கிடைத்தது. ஆங்கிலேயர்கள் பாளைய வசூலில் நுழைவதற்கான முதல் வாய்ப்பை இந்த உடன்பாடு கொடுத்தது.

1755 பிப்ரவரி 4ல் கர்னல் ஹெரான் தலைமையில் மிகப் பெரிய படையெடுப்பு நிகழ்ந்தது. மாபூஸ்கான் தலைமையில் நவாப்பின் படைகளும் வந்தன. அச்சமயத்தில் திருநெல்வேலி பாளையத்தில் இருந்த பாளையங்கள் இரண்டு பிரிவுகளாக பிரிந்து நின்றன. மேற்குப்பகுதி பாளையங்கள் பூலித்தேவர் தலைமையிலும், கிழக்குப் பகுதி பாளையங்கள் பொல்லாப் பாண்டிய கட்டபொம்மன் தலைமையிலும் அணிதிரண்டன.

ஹெரானிடம் பணிந்த பொல்லாப் பாண்டிய கட்டபொம்மன் வரியாகத் தந்ததுபோக மீதித்தொகைக்கு பிணைக்கைதிகளைக் கொடுத்தான். 1756ல் மாபூஸ்கான் பின்னால் அணிவகுத்து நின்று போரிட்டான். ஆங்கிலேயர்களுக்கு எதிரான களத்தில் பொல்லாப் பாண்டிய கட்டபொம்மன் அத்தனை எதிர்ப்பைக் காட்டவில்லை. முடிந்தவரை அவர்களோடு இணைந்தும், இயைந்துமே செயல்பட்டான். ‘பொல்லாப் பாண்டிய கட்டபொம்மனைச் சிறந்த வீரர் என கூறுவதற்கில்லை’ என்கிறார் பேராசிரியர் ந. சஞ்சீவி.

ஜெகவீரபாண்டிய கட்டபொம்மன்

பொல்லாப்பாண்டிய கட்டபொம்மனை அடுத்து அவன் மகன் ஜெகவீரபாண்டிய கட்டபொம்மன் ஆட்சிக்கு வந்தான். மருதநாயகம் என்றழைக்கப்பட்ட கான்சாகிபை ஆங்கிலேயர்கள் தூக்கிலிட்டுக் கொன்ற பின்னர் பாளையக்காரர்களின் கை மீண்டும் ஓங்க ஆரம்பித்தது.

அவர்கள் மீண்டும் ஒன்றிணைந்து எழுச்சி பெறுவதைத் தடுக்க கும்பெனி இங்கிலாந்தில் இருந்து குதிரைப் படை வீரர்களையும்,

ராணுவ வீரர்களையும் கொண்டுவந்து குவித்தது. 1767 பிப்ரவரியில் பாஞ்சாலங்குறிச்சி கோட்டையை முற்றுகையிட்ட மேஜர் வில்லியம் பிளிண்ட் அதைக் கைப்பற்றினான்.

ஜெகவீரபாண்டிய கட்டபொம்மன் அங்கிருந்து தப்பி தூத்துக்குடியில் இருந்த டச்சுக்காரர்களிடம் தஞ்சம் புகுந்தான். ஆங்கிலேயர்கள் மைசூர் போரில் கவனம் கொண்டிருந்த நேரத்தில் மீண்டும் பாஞ்சாலங்குறிச்சி கோட்டையைக் கைப்பற்றிய ஜெகவீரபாண்டியன் சர்க்கார் நிலங்களுக்குள் ஊடுருவினான்.

பாளையத்தலைவர்கள் பிரெஞ்சு, டச்சு ஆட்சியாளர்களுடனும், ஹைதர் அலியுடனும் இணைந்து செயல்பட முனைவதை அறிந்த கும்பெனி கடும் நடவடிக்கை எடுக்க முடிவு செய்தது. கர்னல் வில்லியம் புல்லார்ட்டன் தலைமையில் திருச்சியில் இருந்து வந்த கும்பெனிப் படையின் தாக்குதலுக்கு பாஞ்சாலங்குறிச்சியும் தப்பவில்லை. அங்கிருந்து தப்பிய ஜெகவீர பாண்டிய கட்டபொம்மன் சிவகிரிக்குச் சென்றான். சிவகிரி படைகள் காட்டிற்குள் தப்பிய போதும் கும்பெனிப்படை அவர்களைப் பின் தொடர்ந்து சென்று கடுமையாக தாக்கியது.

இறுதியாக ஸ்ரீவில்லிபுத்தூரில் செய்து கொண்ட உடன்படிக்கையின்படி நிலுவைத்தொகையில் ஒரு பகுதியைக் கொடுத்து தன் பாளையத்தை ஜெகவீரபாண்டிய கட்டபொம்மன் மீட்டான். அதன் பின் ஆங்கிலேய எதிர்ப்புணர்வின்றி தன் முன்னோர்களைப் போலவே ஆற்காடு நவாப்புக்கும், கும்பெனிக்கும் இயைந்து செயல்பட்டு வந்தான்.

1790ல் ஜெகவீரபாண்டியன் இறந்த பின் அவன் மகன் வீரபாண்டிய கட்டபொம்மன் ஆட்சிக்கு வந்தான். இவனே தன் பரம்பரையில் இருந்து கும்பெனிக்கு எதிராக முதல் எதிர்ப்புக் குரலைக் கொடுத்தான்.

பாஞ்சாலங்குறிச்சி பாளையத்தின் தோற்றம் மற்றும் கட்டபொம்மன் பரம்பரையின் தோற்றம் குறித்து மாறுபட்ட கருத்துகள் வரலாற்றாய்வாளர்களிடையே இன்றளவும் இருந்தே வருகிறது. அதேநேரம், அப்பரம்பரையில் கடைசி பாளையக்காரனாக பாஞ்சாலங்குறிச்சியை ஆண்ட வீரபாண்டிய

கட்டபொம்மனின் ஆட்சிக்காலம் குறித்தும், ஆங்கிலேயர்களுக்கு எதிராக அப்பரம்பரையில் இருந்து கிளம்பிய முதல் எதிர்ப்புக் குரல் அவனுடையதே என்பதிலும் அவர்களுக்கிடையே எந்த மாற்றுக் கருத்துகளும் இல்லை.

3

முதல் எதிர்ப்புக் குரல்

கும்பெனிக்குச் சாதகமாக, நவாப்புகளின் ஆதரவுக் கரமாக செயல்பட்டு வந்த கட்டபொம்மன் பரம்பரையில் இருந்து 1790ல் முதல் எதிர்ப்புக் குரல் ஒலிக்க ஆரம்பித்தது. அக்குரலுக்குச் சொந்தக்காரனான 'வீரபாண்டிய கட்டபொம்மன்'. ('கட்டபொம்மு நாயக்கன்' என்பதே பெற்றோர் அவனுக்கிட்ட பெயர். 'வீரபாண்டிய கட்டபொம்மன்' என்ற பெயர் ம.பொ.சிவஞானத்தால் சூட்டப்பட்டது).

பாஞ்சாலங்குறிச்சி பாளையக்காரனாக இருந்த ஜெகவீர பாண்டிய கட்டபொம்மனுக்கும், ஆறுமுகத்தம்மாளுக்கும் மகனாக 1760ல் பிறந்தான் கட்டபொம்மு நாயக்கன். இரண்டு சகோதரிகளும், இரண்டு சகோதரர்களும் அவனுடன் பிறந்தவர்கள். இரு சகோதரர்களில் மூத்தவன் துரைசிங்கம் என்றழைக்கப்பட்ட சுப்பையாவா? ஊமைத்துரை என்றழைக்கப்பட்ட குமாரசாமியா? என்பதில் வரலாற்றாய்வாளர்களிடையே இன்னும் ஒருமித்த கருத்து உருவாகவில்லை.

எனினும், துரைசிங்கத்தைவிட ஊமைத்துரையே வரலாற்றில் அதிகம் பேசப்பட்டான். வீரபாண்டிய கட்டபொம்மனுக்குப்

பின் மருது சகோதரர்களோடும், பிற பாளையக்காரர்களோடும் கூட்டணி அமைத்து மிகவும் மூர்க்கமாக கும்பெனியை எதிர்த்து நின்றான். அவனுடைய வீரத்தையும், போரிடும் குணத்தையும் நாட்டுப்புற பாடல்கள் வியந்து பேசுகின்றன. வரலாற்றாய்வாளர் எம்.எஸ். சுப்பிரமணி ஐயர், 'பேராற்றலும், போராற்றலும் வாய்ந்தவன்' என ஊமைத்துரையை புகழ்கிறார்.

1790ம் ஆண்டு தனது முப்பதாவது வயதில் வீரபாண்டிய கட்டபொம்மன் பாஞ்சாலங்குறிச்சியின் ஆட்சிப் பொறுப்பை ஏற்றான். முதலில் அத்தனை தீவிரமாய் அவன் ஆங்கிலேயர்களை எதிர்த்து நிற்கவில்லை.

பதினாறாயிரம் போர் வீரர்கள், இருபதாயிரம் படைக்கலன்கள், வேட்டை நாய்கள், யானைகள், குதிரைகள் உள்ளிட்ட பெரும் படை நிலையைத் தன் வசம் கொண்டிருந்தபோதும் அவைகளைக்கொண்டு ஆரம்பகாலங்களில் வீரபாண்டிய கட்டபொம்மன் ஆங்கிலேயர்களிடம் போரிட்ட வரலாறு இல்லை. தவிர, ஆங்கிலேயர்களிடம் சமரச போக்கையே கையாண்டான் என்பதில் மாற்றுக் கருத்துகள் இன்றளவும் நிலவி வருகின்றன. இதில் கட்டபொம்மனை பாளையக்காரனாகவே ஏற்க மறுப்பவர்களும் உண்டு.

வீரபாண்டிய கட்டபொம்மனை பட்டி தொட்டியெல்லாம் கொண்டு சேர்த்த 'வானம் பொழிகிறது. பூமி விளைகிறது. உனக்கு ஏன் தர வேண்டும் வரி' என்ற திரைப்பட வசன வரிகள் குறித்து எந்த வரலாற்றுச் சான்றுகளும் இல்லை என பேராசிரியர் கே. இராஜய்யன் குறிப்பிடுகிறார்.

தன் பாளையத்திற்கான வரியைக் கட்ட வீரபாண்டிய கட்டபொம்மன் தவணை கேட்டான் என்ற வரலாறு தரும் செய்தி பெரும்பாலான வரலாற்றாசிரியர்களின் ஏற்புடைய கூற்றாகவும் இருக்கிறது. இந்தச் சூழலில் ஆங்கிலேயர்கள் மெல்ல, மெல்ல பாளையங்களின் ஆதிக்கத்திற்குள்ளும், பாளையக்காரர்களின் அதிகாரத்திற்குள்ளும் நுழைய ஆரம்பித்தனர்.

அதிகார மையமாக மாறிய ஆங்கிலேயர்கள்

கி.பி. 1781, 1785, 1787 ஆகிய வருடங்களில் வரி வசூல் உள்ளிட்ட காரணங்களுக்காக நவாப்புடன் ஆங்கிலேயர்கள் உடன்

படிக்கைகளைச் செய்துகொண்டனர். இந்த ஒப்பந்தங்கள் தென்னகத்தில் ஆங்கிலேயர்கள் நேரடியாகத் தலையிட்டு மறைமுக அதிகார வர்க்கமாக ஆதிக்கம் செலுத்த வழிவகுத்தன.

அத்துமீறல்களும், அடக்கு முறைகளும், மறவர் பகுதி கிளர்ச்சியும், மைசூர் போரும் பாளையங்களில் கிளர்ச்சியை வெகுவாகத் தூண்டியது. காடுகளில் மறைந்திருந்த பாளையத் தலைவர்கள் மீண்டும் தங்கள் பாளையங்களுக்குள் நுழைந்தனர். டச்சுக்காரர்களின் உதவியைப் பெற்று பாளையக்காரர்கள் சர்க்கார் நிலங்களை ஆக்கிரமித்தனர். இதனால் நவாப்பிற்கு வரிவசூல் ஆகவில்லை. கடும் பணத்தேவை இருந்த நிலையில் மைசூர் போரும் கும்பெனியை ஒரு தீர்க்கமான முடிவெடுக்க வேண்டிய கட்டாயத்திற்குள்ளாக்கியது.

அப்போதைய கவர்னர் மெக்கார்டின் ஆற்காடு நவாப்புடன் 1781 டிசம்பர் 2ல் ஓர் உடன்படிக்கையைச் செய்தான். அதன்படி மொத்த வரிவசூலில் ஆறில் ஒரு பங்கு நவாப்பின் சொந்த தேவைக்குத் தருவது என்றும், எஞ்சிய பங்குத்தொகையை நவாப்பின் கடனுக்காக வரவு வைத்துக்கொள்வது எனவும் முடிவானது.

இந்த ஐந்தாண்டு கால ஒப்பந்தம் மூலம் உள்ளாட்சி நிர்வாகம் நவாப்பிடமிருந்து கும்பெனியின் கைக்கு வந்தது. இந்த ஒப்பந்தம் மூலம் மறைமுக அதிகார வர்க்கமாக இருந்த கும்பெனியின் நேரடி அதிகாரத்தின் கீழ் பாளையக்காரர்கள் கொண்டு வரப்பட்டனர்.

இதன் தொடர்ச்சியாக தனியான நிர்வாக அமைப்பை கும்பெனி உருவாக்கியது. வரிவசூல் செய்வதற்கென 'பேஷ்குக்' கலெக்டரை நியமித்தது. 01.09.1790ல் பெஞ்சமின் டோரின் என்பவர் திருநெல்வேலி, சிவகங்கை, மதுரை, இராமநாதபுரம் பகுதிகளில் இருந்த பாளையங்களுக்கு வரிவசூல் செய்யும் கலெக்டராக நியமிக்கப்பட்டார்.

அக்காலகட்டத்தில் ஆங்கிலேயர்கள் மூன்றாம் மைசூர் போரில் தீவிரம் காட்டியதால் பாளையக்காரர்களை மிகுந்த பொறுமையோடு நடத்தவேண்டும் என்றும், அவர்கள்மீது ராணுவ நடவடிக்கை ஏதும் எடுக்கக்கூடாது என்றும் மெட்ராஸ்

நிர்வாகக் குழு உத்தரவிட்டிருந்தது. எனவே, சுமுகமாகப் பேசி பாளையக்காரர்களிடமிருந்து வரிவசூல் செய்யவேண்டிய கட்டாயமிருந்தது.

பெஞ்சமின் டோரினின் ஆலோசனைப்படி வரிவசூலுக்காக படைகளுடன் பாளையங்களுக்குள் புகுந்த கர்னல் மாக்ஸ்வெல் பாளையங்களின் எல்லைகளை வரையறை செய்வதால் ஒவ்வொரு பாளையக்காரருக்கும் உரிய ஆட்சிப்பகுதிகள் எவை? அவர்கள் செலுத்த வேண்டிய வரி எவ்வளவு? என்பது தெளிவாகத் தெரிந்துவிடும் என நினைத்தான். அதை செயலாக்கும் முயற்சியிலும் இறங்கினான்.

அதற்காக ஒவ்வொரு பாளையக்காரரும் அவரவர் ஆட்சிப் பகுதிகளுக்குரிய ஆதாரங்களைச் சமர்ப்பிக்க வேண்டுமென உத்தரவிட்டான். அதன் பொருட்டு பாளையங்களுடன் அவன் செய்து கொண்ட ஒப்பந்தம் காரணமாக பெஞ்சமின் டோரினுடன் முரண்பாடு ஏற்பட்டது. டோரின் தனது பதவியை ராஜினாமா செய்தார். அதன் பின் அனைத்து அதிகாரங்களுடன் மாக்ஸ்வெல் செயல்பட ஆரம்பித்தான். அவனுடன் ஏற்பட்ட முரண்பாடே டோரினின் ராஜினாமாவிற்கான காரணமாக 'திருநெல்வேலி சீமைச் சரித்திரம்' நூலில் குருகதாஸப்பிள்ளை குறிப்பிடுகிறார்.

ஆனால், தமிழ்வாணன், பேராசிரியர் கே.ராஜய்யன் உள்ளிட்டவர்கள் தங்கள் நூல்களில், 'பாளையக்காரர்களின் கலவரத்திற்கும், எதிர்ப்புணர்விற்கும் வேறு ஏதேனும் காரணம் இருக்கவேண்டும் என மாக்ஸ்வெல் நினைத்தான். அது குறித்து அவன் விசாரித்தபோது கலெக்டர் பெஞ்சமின் டோரினின் துபாஷி பாளையக்காரர்களின் கப்பத்தொகையை வாங்க மறுத்ததோடு, அவர்களிடம் ஆணவத்தோடு நடந்துகொண்டதே கலவரத்துக்குக் காரணம் எனக் கண்டறிந்தான். அதை மெட்ராஸ் நிர்வாகக் குழுவிற்கு அறிக்கையாக அனுப்பினான்.

அதன் பேரில் நடவடிக்கை எடுத்த நிர்வாகம் துபாஷியைக் கைது செய்து சென்னைக்கு அனுப்பி வைக்க உத்தரவிட்டது. இதன் தொடர்ச்சியாக சிறையில் அடைக்கப்பட்டிருந்த பாளையக் காரர்கள் விடுதலை செய்யப்பட்டனர். இதனால் பெஞ்சமின் டோரினுக்கும், மாக்ஸ்வெல்லுக்கும் முரண்பாடு ஏற்பட்டு டோரின் ராஜினாமா செய்தார்' என குறிப்பிடுகின்றனர்.

இதன் தொடர்ச்சியாக 1791ல் ஏற்பட்ட ஒப்பந்தம், 'கும்பெனி நவாப்பின் பெயரால் பாளையக்காரர்களிடம் அதிகாரம் செலுத்திக்கொள்ளவும், நவாப் தான் பெற்ற பணத்துக்கான கடன் தவணையைத் தவறும் பட்சத்தில் கும்பெனியே வரிவசூலை நேரடியாகச் செய்துகொள்ளவும் வழிவகுத்தது. தவிர, குறிப்பிட்ட நாளில் அடுத்தடுத்த தவணை தொகையைச் செலுத்தத் தவறும் பட்சத்தில் நவாப்பின் ஆட்சிக்குட்பட்ட சீமைகளை கும்பெனியே நிரந்தரமாக வைத்துக்கொள்ளவும் அதிகாரம் வழங்கியது.

இப்படி ஒப்பந்தங்கள் மூலம் தங்களுடைய அதிகாரமிக்க ஆட்சி வலையை தென்னகம் முழுக்க விரித்து வைக்க ஆங்கிலேயர்கள் தக்க தருணத்தை எதிர்பார்த்துக் காத்திருந்தனர்.

விழுந்தது விரிசல்

மைசூர் போரில் ஆங்கிலேயர்கள் வெற்றி பெற்றதும் நிலைமை தலைகீழானது. அதுவரையிலும் அமைதி காத்து வந்த கும்பெனி பாளையங்களின் மீதான போக்கை மாற்றியது. திப்புவின் வீழ்ச்சியும், அதன் தொடர்ச்சியாக ஏற்பட்ட ஒப்பந்தமும் தென்னகம் முழுக்க இருந்த பாளையங்களை கும்பெனியின் நேரடி கட்டுப்பாட்டிற்குள் கொண்டுவரவைத்தது. பாளையக் காரர்களிடமிருந்து வரிவசூல் செய்வதில் தீவிரம் காட்டிய கும்பெனி மறைமுக ராணுவ நடவடிக்கைகளுக்கும் சம்மதித்தது.

பெஞ்சமின் டோரினுக்குப் பின் ஜே.லேண்டன் வரிவசூல் கலெக்டராக நியமிக்கப்பட்டான். மாக்ஸ்வெல்லின் நில அளவை திட்டத்தை அவன் செயல்படுத்த முனைந்தான். அதற்காக மாக்ஸ்வெல் செட்டில்மெண்ட் அதிகாரியாக நியமிக்கப்பட்டான். அவன் அருங்குளம், கப்பலாபுரம் ஆகிய இரு ஊர்களையும் எட்டயபுரம் பாளையத்தோடு இணைத்தான்.

கட்டபொம்மனை தீவிர ஆங்கிலேய எதிர்ப்பாளராக சித்தரிக்கும் வரலாற்றாசிரியர்கள் தத்தம் நூல்களில் அருங்குளம், கப்பலாபுரம் ஆகிய இரு ஊர்களும் பாஞ்சாலங்குறிச்சி பாளையத்திற்குச் சொந்தமானது என குறிப்பிடுகின்றனர். எட்டப்ப நாயக்கரை முன் நிறுத்தும் விதமாக எழுதப்பட்ட

நூல்களில் எட்டப்ப நாயக்கர் கொடுத்த ஆவணங்களின் அடிப்படையிலேயே அவ்விரு ஊர்களும் எட்டயபுரம் பாளையத்தோடு இணைக்கப்பட்டன என்று குறிப்பிடப் பட்டிருக்கின்றன. எப்படி இருப்பினும் இந்த நில அளவை இணைப்புத் திட்டம் மூலம் பாளையக்காரர்களைத் தன் கைப்பிடிக்குள் வைக்க நினைத்த மாக்ஸ்வெல்லின் எண்ணம் ஈடேற ஆரம்பித்தது.

கும்பெனியின் இத்தகைய நடவடிக்கைகளால் தங்களின் ஆட்சிப்பகுதிக்கும் பாதிப்பு வந்துவிடுமோ என்ற எண்ணத்தில் பாளையக்காரர்கள் பலரும் மாக்ஸ்வெல்லிடம் ஓடோடி வந்தனர். ஆனால், வீரபாண்டிய கட்டபொம்மன் அவனைச் சந்திக்கவில்லை.

மாறாக, 16.12.1792 அன்று மாக்ஸ்வெல் மேற்கொண்ட நிலஅளவை முற்றிலும் தவறானது எனக்கூறி மேல் முறையீடு செய்தான். விளைவு, கும்பெனிக்கும், வீரபாண்டிய கட்டபொம்மனுக்குமான வில்லங்கம் ஆரம்பமானது. இந்த நிகழ்வை 'கும்பெனிக்கும், கட்டபொம்மனுக்குமான குழப்பத்திற்கான அஸ்திவாரக் கல் நாட்டு விழா' என்று வர்ணிக்கிறார் பேராசிரியர் ந.சஞ்சீவி.

22.07.1794ல் ஜே.லேண்டன் இறந்தபின் அவனின் உதவியாளனாக இருந்த பாலமியன் தற்காலிக கலெக்டராக நியமிக்கப்பட்டான். அதன் பின் வரிவசூல் கலெக்டராக வந்த ஜார்ஜ் பௌனி, 'பாளையக்காரர்கள் அனைவரும் கலெக்டருடன் மட்டுமே தொடர்பு வைத்துக்கொள்ளவேண்டும் என்றும், கும்பெனியின் கட்டளைக்குக் கீழ்படிந்து நடக்கவேண்டும்' என்றும் உத்தரவு பிறப்பித்தான். இந்தப் பிரகடனம் மூலம் பாளையக்காரர்கள் மீதான தன் பிடியை கும்பெனி இறுக்க ஆரம்பித்தது.

பௌனியைத் தொடர்ந்து ஜாக்சன் வரிவசூல் கலெக்டராக 1797ல் நியமிக்கப்பட்டான். இதுவரை இருந்த கலெக்டர்களிடம் பெரிய அளவில் மோதல் போக்கு கொள்ளாமல் ஆட்சி செய்துவந்த வீரபாண்டிய கட்டபொம்மனின் நிலைமை வரிவசூல் கலெக்டராக ஜாக்சன் வந்தபின் மாற ஆரம்பித்தது. இன்னும் சொல்லப்போனால் பாஞ்சாலங்குறிச்சிப் பாளையத்தின்மீதான

கும்பெனியின் நடவடிக்கைக்கும், புரட்சிப் பாதையை நோக்கி வீரபாண்டிய கட்டபொம்மன் நகர்ந்ததற்கும், அவன் மரணத்திற்கும் ஜாக்சனுடனான சந்திப்பே அச்சாரமிட்டது எனலாம்.

4

கட்டபொம்மனும், ஜாக்சனும்

சேதுபதி மன்னரைக் கைது செய்து சிறையில் அடைத்துவிட்டு இராமநாதபுரம் சீமையை தன் நேரடி கட்டுப்பாட்டிற்குள் கொண்டு வந்த கும்பெனி, இராமநாதபுரம் கலெக்டரின் அதிகாரத்தின் கீழ் திருநெல்வேலி சீமையைக் கொண்டுவந்தது. இதனால் இராமநாதபுரம், திருநெல்வேலி சீமையில் இருந்த பாளையங்களின் வரிவசூல் நிர்வாக அலுவலகம் இராமநாதபுரத்தில் இயங்கி வந்தது. வரிவசூல் கலெக்டர் பௌனியைத் தொடர்ந்து 1797ல் ஜாக்சன் நியமிக்கப்பட்டான்.

சிறையிலடைக்கப்பட்ட முத்துராமலிங்க சேதுபதி மன்னருக்கு ஆதரவாக மக்கள் ஆங்காங்கே கும்பெனிக்கு எதிரான நடவடிக்கைகளில் ஈடுபட்டனர். சேதுபதியின் தளபதியாக இருந்த சித்திரங்குடி மயிலப்பன் அவர்களை ஒன்று திரட்டி அப்போராட்டத்திற்குத் தயார்படுத்தினான். அவனது திட்டப்படி சேதுபதி மன்னருக்கு வழங்கிய வரியை கும்பெனிக்கு கொடுக்க மக்கள் மறுத்ததோடு 1797ல் குடிமக்கள் நிலங்களை புதிய முறையில் நில அளவை செய்யும் நிர்வாக நடவடிக்கைகளையும் எதிர்த்து பெரும் கிளர்ச்சியில் ஈடுபட்டனர். அந்தக் கலகத்தில் வீரபாண்டிய கட்டபொம்மன் முக்கிய பங்கு வகித்தான்.

‘இராமநாதபுரம் சீமையில் 1797ல் நிகழ்ந்த கலகத்தில், திருநெல்வேலி ஜில்லாவில் உள்ள பாளையக்காரர்களில் அநேகர் பாஞ்சாலங் குறிச்சியாரின் சொல்லுக்கிணங்கி கலகத்துக்குக் காரணமாக இருந்த இராமநாதபுரத்தாருடன் சேர்ந்துகொண்டு கவர்மெண்டுக்குச் செலுத்த வேண்டிய கிஸ்தியைச் செலுத்த மறுத்துவிட்டனர்’ என ‘திருநெல்வேலி சீமைச் சரித்திரம்’ நூலில் எஸ். குருகுகதாசப்பிள்ளை குறிப்பிடுகிறார். திருநெல்வேலி கெஜட்டில் எச்.ஆர். பேட்டும் இது குறித்த தகவல்களைக் குறிப்பிட்டுள்ளார். அக்கலகங்கள் கடுமையான ஆயுத நடவடிக்கைகள் மூலம் ஒடுக்கப்பட்டன.

தெற்குச்சீமைப் பகுதியில் இருந்து நிர்வாகத்திற்கு வரவேண்டிய வருவாய் குறைந்து போனதால் வரிவசூலைத் தீவிரப்படுத்த நினைத்தான் ஜாக்சன். அப்போது தனது பாளையத்திற்கான வரி பாக்கியைக் கட்ட மறுக்கும் வீரபாண்டிய கட்டபொம்மன் இராமநாதபுரம் சீமைக் கலகத்தில் பங்கெடுத்த தகவல் அவனுக்குத் தெரிய வந்தது. உடனே ஆலன் என்ற அதிகாரியை வரிவசூலைச் செய்து வரும்படி பாஞ்சாலங்குறிச்சிக்கு அனுப்பி வைத்தான்.

‘சிறிது வரியை உதவி வருக. அதனால் பிறரும் அடங்கி நடப்பர். எங்கள் உரிமைக்கும் பெருமையாம்’ எனக் கூறி நிலுவைத் தொகையை வசூலித்து வரும்படி ஆலனிடம் கும்பெனி நிர்வாகம் கூறி அனுப்பி வைத்ததாக பாஞ்சாலங்குறிச்சி வீர சரித்திரம் நூலில் ஜெகவீரபாண்டியனார் கூறுகிறார். இதே கூற்றை பூலித்தேவனிடம் வரிவசூல் செய்யவந்த ஆங்கிலேய தளபதி ஹெரான் தனது துபாஷியிடம் சொல்லி அனுப்பியதாக பூலித்தேவனின் வரலாற்று நூல்களில் குறிப்பு உள்ளது.

பாளைய வரலாறுகளை வாசிக்கையில் ஒரேவிதமான தகவல்கள் பூலித்தேவனுக்கும், வீரபாண்டிய கட்டபொம்மனுக்குமான நூல்களில் இடம்பெற்றிருக்கிறது. மூலநூல் எனச் சொல்லப் படும் ஆரம்ப கட்ட நூல்களில் இருக்கும் தகவல்களும், புள்ளி விபரங்களும் அதன் தொடர்ச்சியாக எழுதப்பட்ட வரலாற்று ஆசிரியர்களால் அவரவர் நிலைப்பாடுகளுக்கேற்ப பயன் படுத்தப்பட்டிருப்பதால் சரியான தகவல் எது? யார் கூறியுள்ளது உண்மையானது? எனக் கண்டடைவதில் மிகப்பெரிய நெருடல் உருவாவதைத் தவிர்க்க முடியவில்லை.

தன்னை நோக்கி வந்த ஆலனை வாழ்த்தி வரவேற்ற கட்டபொம்மன் வரிபாக்கி ஏதும் தராமல் வெறுங்கையோடு அவனைத் திருப்பி அனுப்பி வைத்தான்.

எச்சரிக்கையைச் சுமந்துவந்த கடிதங்கள்

தன் ஆரம்ப முயற்சி பலனளிக்காத நிலையில் 26.10.1797ல் முதல் கடிதத்தை கட்டபொம்மனுக்கு ஜாக்சன் எழுதினான். அதை கட்டபொம்மன் அலட்சியப்படுத்தினான்.

மூன்று மாதங்கள் ஆகியும் பதில் ஏதும் வராததால் 30.01.1798ல் இரண்டாவது கடிதத்தை சற்றுக் கடுமையான தொனியில் எழுதினான் ஜாக்சன். அதில், ‘பாஞ்சாலங்குறிச்சி பாளையத்தின் அமைச்சராக இருக்கும் சிவசுப்பிரமணிய பிள்ளை தன் வீரர்களோடு ஆயுதம் தாங்கி வந்து நடத்திய தாக்குதல்கள் குறித்து கேப்டன் ஹாமில்டன் குறிப்பிட்ட தகவலைத் தெரிவித்து அதற்காக அமைச்சரைத் தண்டிக்கவேண்டும் என்றும், பாளையத்தின் வரிபாக்கியை உடனே கட்டவேண்டும் என்றும் குறிப்பிட்டிருந்தான்.

கூடவே, எங்களின் முடிவுக்குக் கட்டுப்படாமல் போனால் உன் பாளையத்தை இழக்க வேண்டிவரும்’ என்ற எச்சரிக்கையும் அதில் இழையோடி இருந்தது. இந்தக் கடிதத்திற்கும் கட்டபொம்மனிடம் இருந்து பதில் போகவில்லை.

28.04.1798ல் எழுதிய அடுத்த கடிதத்தை இம்முறை ஜாக்சன் வரிவசூல் அதிகாரியான வைகுண்டம் பிள்ளை என்பவரிடம் கொடுத்தனுப்பினான். அதில், ‘உனது வரிபாக்கியை உடனே கொடுத்தனுப்பவேண்டும். இனியும் தவணை சொல்வதை ஏற்க முடியாது. அப்படி செய்யத் தவறினால் உடனடியாக இராமநாதபுரம் வந்து என்னை நேரில் சந்திக்கவேண்டும்’ எனக் கூறி இருந்தான். இம்முறையும் அலட்சியம் காட்டிய கட்டபொம்மன் வைகுண்டம் பிள்ளையையும் வெறும் கையோடு அனுப்பி வைத்தான்.

கட்டபொம்மனிடம் இருந்து வரி பாக்கியை வசூலிப்பது கல்லில் நார் உரிக்கும் கதையாக இருந்தபோதும் ஜாக்சன் கலங்கவில்லை. தொடர்ந்து கடிதம் எழுதுவதையும் நிறுத்தவில்லை. 23.05.1798ல் அடுத்த கடிதத்தை எழுதினான்.

அக்கடிதத்தை கும்பெனியின் போர்வீரர்கள் இருவர் மூலம் கொடுத்தனுப்பி இருந்தான். அதில்,

‘இதுவரையிலும் உன் பாளையத்திற்காக நீ கட்ட வேண்டியிருக்கும் வரிபாக்கித் தொகை 6000 சக்கரத்தை (நாணயம்) உடனே கட்ட வேண்டும். நவாப்பின் ஆட்களிடமிருந்தும், திருநெல்வேலி வணிகர்களிடம் இருந்தும் உன்மீது தினமும் புகார்கள் வந்தவண்ணம் இருக்கின்றன. இதுகுறித்து விளக்கம் தர உடனே இராமநாத புரத்திற்கு வந்து என்னைச் சந்திக்கவேண்டும். அப்படி இல்லையென்றால் முன்பு கலெக்டர் பௌனி அழைத்தும் வராததால் சாப்டூர் பாளையத்தை கும்பெனி தனக்குச் சொந்தமாக்கிக் கொண்டதைப் போல உனது பாளையத்தையும் கும்பெனியின் வசம் எடுத்துக்கொள்ள பரிந்துரை செய்வேன்...’

என்று எச்சரித்திருந்தான். இக்கடிதத்தைக் கொண்டுவந்திருந்த அவ்விரு வீரர்களும் கட்டபொம்மனைக் கையோடு அழைத்து வருவதற்கான உத்தரவையும் பெற்றிருந்தனர்.

நிலைமை சற்றுத் தீவிரமாகி இருப்பதை உணர்ந்த கட்டபொம்மன் இன்னும் ஒருவார காலத்தில் கலெக்டரைச் சந்திப்பதாகவும், தாமதத்திற்கு வருத்தம் தெரிவித்தும் ஒரு பதில் கடிதத்தை அவ்வீரர்களிடம் கொடுத்தனுப்பினான். கொடுத்தனுப்பியதோடு அதை மறந்தான். மறந்தானா? மறுதலித்தானா? என்ற இருவேறு கருத்துகளால் வரலாற்று ஆசிரியர்கள் தத்தம் வரலாற்றுப் பக்கங்களை நிரப்பிக் கொண்டிருக்கின்றனர்.

தனக்கே உரிய அதிகார பலத்துடனும், எச்சரித்தும், கண்டித்தும் வீரபாண்டிய கட்டபொம்மனுக்கு ஜாக்சன் கடிதங்களை எழுதியதாக கே. ராஜய்யன் குறிப்பிடுகிறார். இத்தகைய தொனியில் தொடர்ந்து கடிதம் எழுதியபோதும் அதை மதிக்காமலும், தன்னை வந்து இராமநாதபுரம் கச்சேரியில் (நிர்வாக அலுவலகம்) சந்திக்கச் சொல்லியதற்குச் செவிசாய்க் காமலும் இருக்கும் கட்டபொம்மன்மீது ஜாக்சன் மிகுந்த கோபம்கொண்டான். அதனால் அவன்மீது ராணுவ நடவடிக்கை எடுப்பதற்காக அனுமதி கேட்டு போர்ட் ஆஃப் ரெவின்யூ தலைவர் எட்வர்ட் சாண்டர்ஸ்க்கு கடிதம் எழுதினான்.

அச்சமயத்தில் பாளையப்பகுதியில் கடுமையான வறட்சி நிலவியதால் மக்களிடம் கட்டாய வரி வசூல் செய்ய இயலாத நிலையாலும், திருநெல்வேலி சீமையிலிருந்த படைகளை திப்புவுக்கு எதிரான போரில் பயன்படுத்த கும்பெனி முடிவு செய்திருந்ததாலும் எட்வர்ட் சாண்டர்ஸ் கட்டபொம்மன் மீதான ராணுவ நடவடிக்கைக்கு அனுமதி தரவில்லை.

பாஞ்சாலங்குறிச்சி பாளைய தாசில்தார் மூலம் கட்டபொம்மனை பதினைந்து தினங்களுக்குள் வந்து சந்திக்கச் செய்வதற்கான முயற்சியை மேற்கொள்ளும்படியும், அப்படியும் வந்து சந்திக்க மறுக்கும் பட்சத்தில் தாங்கள் கேட்டபடி ராணுவ நடவடிக்கை எடுக்க அனுமதி வழங்கப்படும் எனவும் அறிவுறுத்தி ஜாக்சனுக்குக் கடிதம் எழுதினான்.

இந்தக் கடிதத் தகவலை மேற்கோள் காட்டி 15.09.1798க்குள் இராமநாதபுரத்தில் ஆஜராகி தன்னைச் சந்திக்கும்படி ஜாக்சன் 18.08.1798ல் கட்டபொம்மனுக்குக் கடிதம் எழுதினான்.

முதல் நான்கு கடிதங்களைக் கண்டுகொள்ளாமல் காரணங்கள் சொல்லி தட்டிக் கழித்து வந்து கட்டபொம்மன் இம்முறை அப்படிச் செய்யவில்லை. ஜாக்சனை சந்திக்க முடிவு செய்தான். ‘இந்தக் கடிதத்தைக் கட்டபொம்மன் அலட்சியம் செய்யவில்லை என்றே தெரிகிறது. அவர் கலெக்டரைக் காண புறப்பட்டு வந்தார்’ என ‘கட்டபொம்மு’ நூலில் தி.நா.சு. குறிப்பிடுகிறார். ‘ஜாக்சன் இராமநாதபுரத்திற்கு வந்து தன்னைச் சந்திக்குமாறு இட்ட கட்டளையே கும்பெனிக்கும், கட்டபொம்மனுக்குமான இறுதிப் போராட்டம் ஆரம்பிக்க காரணமானது’ என்கிறார் குருகுகதாசப்பிள்ளை.

புறப்பட்ட கட்டபொம்மன்; புறக்கணித்த ஜாக்சன்

வெள்ளையர் தனது பாளையத்தை பறித்துக்கொள்ளக்கூடும் என்ற பயத்தாலேயே கட்டபொம்மன் ஜாக்சனைச் சந்திக்க முடிவு செய்ததாக தமிழ்வாணன் குறிப்பிடுகிறார். இவரின் கூற்றை முனைவர் வே. மாணிக்கம் உள்ளிட்டவர்கள் மறுக்கின்றனர். ஜெகவீரபாண்டியனாரோ, ‘உரிமையாளனைப் போல் நம்மைக் காண விரும்புவதாய் கடிதம் எழுதியிருக்கிறார். அதில் அதிகாரத்தொனி ஒன்றும் காட்டவில்லை. ஆதலால் நாம்

போய் அவனைக் கண்டுவரலாமே' என்று ஜாக்சனைச் சந்திக்கச் செல்வதுபற்றிய ஆலோசனைக் கூட்டத்தில் தன் மந்திரிகளிடம் கட்டபொம்மன் கூறியதாகக் குறிப்பிடுகிறார்.

ஜாக்சனைச் சந்திக்க முடிவு செய்த வீரபாண்டிய கட்டபொம்மன் குலதெய்வமான ஜக்கம்மா தேவி ஆலயத்தில் பூஜைகள் செய்து விட்டு தன் பரிவாரங்களுடன் கிளம்பினான். ஆனால், கட்டபொம்மனுக்குக் கடிதம் எழுதிய கையோடு பாளையங்களைப் பார்வையிடுவதற்காக திருநெல்வேலிச் சீமைக்கு ஜாக்சன் பயணமானான். இதனால் அவனை அங்கு வைத்து சந்திக்க நினைத்த கட்டபொம்மன் நான்காயிரம் படைவீரர்கள் சூழ பாஞ்சாலங்குறிச்சியில் இருந்து திருநெல்வேலியை வந்தடைந்தான். திருக்குற்றாலத்தில் கலெக்டர் முகாமிட்டிருக்கும் தகவல் கிடைத்தது.

ஆகஸ்ட் மாதம் 27 ம் தேதி திருக்குற்றாலத்தில் தங்கியிருந்த ஜாக்சன் கட்டபொம்மனுக்கு அனுமதி தரவில்லை. கலெக்டரின் துபாஷி (மொழிபெயர்ப்பாளர்) விசுவநாத பிள்ளையைச் சந்தித்து ஜாக்சனைச் சந்திக்க ஆவண செய்யச் சொன்னான். 'சொக்கம்பட்டிக்கு அவசரமாகச் செல்ல வேண்டியிருப்பதால் அங்கு வந்து சந்தித்துக் கொள்ளும்படி' ஜாக்சன் கூறியதாக துபாஷி சொல்ல கட்டபொம்மனும் பின் தொடர்ந்தான்.

திருக்குற்றாலத்தில் சந்திக்க மறுத்த ஜாக்சன், கட்ட பொம்மனுக்குப் பகையான சொக்கம்பட்டி பாளையத்திற்கு வந்தான். அங்கிருந்து கட்டபொம்மனின் தலையீட்டால் பாதிப்படைந்திருந்த சிவகிரி, சேத்தூர் பாளையத்திற்கு வந்தான். பழைய பகையால் இவ்விரு பாளையக்காரர்களும், பாளைய மக்களும் கட்டபொம்மனுக்கு எதிராக இருந்தனர். திருவில்லிப் புத்தூரில் பல கொள்ளை, கொலை நிகழ்வுகளில் கட்ட பொம்மனும், அவனுடைய பாளையத்தைச் சேர்ந்தவர்களும் ஈடுபட்டிருந்ததால் அப்பாளைய மக்களோடும் பகைமை இருந்தது.

கட்டபொம்மனால் ஒரு காலத்தில் அவதியுற்ற மக்கள் வசிக்கும் பாளையங்கள் வழியே அவனைத் தொடர்ந்து வரும்படிச் செய்தும், முகாமிடச் செய்தும், சந்திக்க மறுத்தும் அவமானப் படுத்தவேண்டும் என்பதே ஜாக்சனின் நோக்கமாக இருந்தது. இந்த நோக்கத்திற்காகவே தனது பயணத்திற்கு ஜாக்சன்

மேற்கூறிய பாளையங்களைத் தேர்ந்தெடுத்ததாகவும் அதுவே அவனுடைய அந்தரங்க ஆசையாக இருந்ததாகவும் 'கட்டபொம்மன் கொள்ளைக்காரன்' நூலில் தமிழ்வாணன் குறிப்பிடுகிறார்.

அவ்வாறே ஜாக்சனை கட்டபொம்மன் பின் தொடர்ந்து சென்றதை 'மானம் போனாலும் பரவாயில்லை. தன் பதவி போய்விடக்கூடாது என்பதில் கட்டபொம்மன் உறுதியாய் இருந்தான். ஆகையால் வெட்கத்தை விட்டொழித்துவிட்டு கலெக்டர் சென்ற இடம் எல்லாம் வளர்கிடாய் குட்டிபோல பின்னாலேயே போய்க்கொண்டிருந்தான்' என்கிறார்.

ஆனால், பாஞ்சாலங்குறிச்சி வீர சரித்திரம் நூலை எழுதிய ஜெகவீரபாண்டியனாரோ ஜாக்சன் சந்திக்க மறுத்ததும் 'இனி இந்த வெள்ளை மனிதன் பின் செல்லலாகாது. நாம் ஊருக்கே போக வேண்டும்' என தனது தானாதிபதி சிவசுப்பிரமணிய பிள்ளை சொன்னபோது, அப்படிச்சென்றால், 'சொந்த இடத்தில் இல்லாது அயல் இடத்தில் இவனால் ஏதும் செய்ய முடியாது. செயலிழந்தவன்' என ஜாக்சன் நம்மை எளிதாக எண்ணுவான். 'என்னதான் செய்வான் பார்ப்போம்' என்ற நினைப்பிலேயே கட்டபொம்மன் ஜாக்சனை பின் தொடர்ந்து சென்றான்' என்ற மாற்றுக் கருத்தை முன் வைக்கிறார்.

மாறுபட்ட கருத்துகள் இருந்தபோதும் உடல்நலம் குன்றிய நிலையிலும் சுமார் 400 மைல்கள் பின் தொடர்ந்து வந்த கட்டபொம்மனின் பயணம் ஜாக்சனை சந்திப்பதற்காக மட்டுமே இருந்தது.

துபாஷியின் மூலம் அவனைச் சந்திக்க எவ்வளவோ முயன்றும் கட்டபொம்மனால் ஜாக்சனை இடையில் சந்திக்கும் முயற்சிகள் வெற்றிபெறவில்லை. இராமநாதபுரத்தில் மட்டுமே கட்டபொம்மனைச் சந்திப்பேன் என்பதில் ஜாக்சன் உறுதியாக இருந்தான். வேறு வழியில்லாத நிலையில் திருக்குற்றாலத்தில் தொடங்கி சொக்கம்பட்டி, சிவகிரி, சேத்தூர், திருவில்லிபுத்தூர், விஜயனாப்பேரி, தும்மச்சி, நாயக்கபுரம், பேரையூர், பவாலி, பள்ளிமடை, கமுதி என ஜாக்சனை பின்தொடர்ந்து இராமநாத புரத்தை வந்தடைந்த கட்டபொம்மனுக்கு ஒரு வழியாக அனுமதி கிடைத்தது.

‘தன்னைச் சந்திக்க இராமநாதபுரத்திற்குத்தான் வர வேண்டுமென’ தனது கடிதத்தில் ஜாக்சன் குறிப்பிடாததாலேயே திருநெல்வேலிச் சீமையில் வைத்து சந்திக்க கட்டபொம்மன் முடிவு செய்ததாகக் குறிப்பிடும் தி.நா. சுப்பிரமணியன் கருத்தோடு ம.பொ.சிவஞானமும் உடன்படுகிறார்.

விலாசத்தில் நிகழ்ந்த விபரீதம்

இராமநாதபுரம் இராமலிங்க விலாசத்தில் இரு துருவங்கள் சந்திக்க ஏற்பாடானது. ஒவ்வொரு வாயிலிலும் பலத்த காவல் ஏற்பாடுகள் செய்யப்பட்டிருந்தது. சாலைகளிலும், தெருக்களிலும் எத்தகைய சூழலையும் எதிர்கொள்ள ஏதுவாக கும்பெனிப் படைவீரர்கள் நிறுத்தப்பட்டிருந்தனர். இன்னொரு அறையில் கமாண்டிங் கர்னல் தனது வீரர்களுடன் தயார் நிலையில் இருந்தான். இத்தகைய முன்னேற்பாடுகளுடன் இருந்த அரண்மனைக்குள் தனி ஆளாக தன்னைச் சந்திக்க வரும்படி அரண்மனைக்கு வெளியில் தங்கி இருந்த கட்ட பொம்மனுக்குக் கலெக்டர் ஜாக்சனால் தகவல் தரப்பட்டது.

ஜாக்சனின் முன்னேற்பாடுகளுக்குக் கொஞ்சமும் சளைக்காத வகையில், ‘எந்தச் சூழலிலும் கட்டபொம்மன் தனியாக ஜாக்சனை சந்திக்கச் செல்லக்கூடாது. குறிப்பிட்ட நேரத்திற்குப் பின்னும் அரண்மனைக்குள் சென்றவர்கள் திரும்பி வராத பட்சத்தில் படை வீரர்கள் அரண்மனையை நோக்கி முன்னேறி வரவேண்டும்’ என கட்டபொம்மன் தரப்பிலும் சில முன்னேற்பாடுகள் செய்யப்பட்டன.

கட்டபொம்மனுடன் அவன் தம்பி ஊமைத்துரை, அமைச்சர் தானாதிபதி சிவசுப்பிரமணிய பிள்ளை ஆகியோர் சென்றனர். வழக்கமாக சந்திக்கும் இடத்தில் இல்லாமல் அரண்மனையின் மெத்தை வீட்டுக்கு அவர்கள் அழைத்துச் செல்லப்பட்டனர். ஏன் என்று விசாரித்த கட்டபொம்மனிடம் கீழ்பகுதி பழுதடைந் திருப்பதாக தகவல் சொன்னார்கள். ஜாக்சனுக்கும், கட்ட பொம்மனுக்குமான வரலாற்றுச் சிறப்புமிக்க சந்திப்பு இராமலிங்க விலாச மேல் மாடியில் தொடங்கியது.

தன் உத்தரவுக்குக் கட்டுப்பட்டு நடந்துகொண்டபடியால் பெரும் அழிவிலிருந்து தப்பிவிட்டதாக ஜாக்சன் கட்டபொம்மனிடம்

தெரிவித்தான். 'தனது தாயாருக்கு உடல் நலம் சரியில்லாததால் தன்னால் இதற்கு முன் வந்து சந்திக்க இயலவில்லை' என கட்டபொம்மன் மறுமொழி கூறினான். கிஸ்தி பாக்கி குறித்து ஜாக்சன் கேட்டான். அதற்கு கட்டபொம்மன் கிஸ்தி பாக்கியைக் 'கொண்டு வந்திருப்பதாக' தெரிவித்தான்.

16.10.1798ல் கலெக்டருக்குக் கட்டபொம்மன் எழுதிய கடிதத்தில் கிஸ்தி பாக்கி குறித்த உங்களின் கேள்விக்கு 'கிஸ்தியைக் கொண்டு வந்திருப்பதாக' பதில் கூறியதாக எழுதியிருந்தான். ஆனால், கட்டபொம்மனை ஏகத்துக்கும் விளித்து எழுதப்பட்ட நூல்களின் வரலாற்றாசிரியர்கள் அனைவரும் 'வரி தரும் வழக்கம் தனக்கு இல்லை' என்றும், 'வானம் பொழிகிறது; பூமி விளைகிறது, நான் ஏன் தர வேண்டும் உனக்குக் கிஸ்தி' என்றும் கட்டபொம்மன் கேட்டதாகக் குறிப்பிடுகின்றனர்.

அரசாங்க நிலங்களில் புகுந்து கொள்ளையடித்தல், பிற பாளைய விவகாரங்களில் தலையிடுவது குறித்தும் கட்டபொம்மனிடம் ஜாக்சன் கேள்விகளைக் கேட்டான். அப்படியெல்லாம் இல்லை என்றும், அது தவறான தகவல் என்றும் கட்டபொம்மன் பதில் கூறினான். இவ்விசாரணையில் கட்டபொம்மனையும், அவனது அமைச்சர் சிவசுப்பிரமணிய பிள்ளையையும் மூன்று மணிநேரம் நிற்க வைத்தே ஜாக்சன் பேசியதாக பேராசிரியர் கே. ராஜய்யன் குறிப்பிடுகிறார்.

இந்தக் கருத்தை 'வெளியே செல்ல உத்தரவு தருவீர்கள் என மணிக்கணக்கில் நின்று கொண்டிருந்தேன்' என்ற கட்டபொம்மனின் கூற்று மூலம் வரலாற்றாசிரியர் செ. திவான் உறுதிப்படுத்துகிறார். ஆனால், சிலர் இக்கருத்தை ஏற்க மறுக்கின்றனர். கட்டபொம்மனுக்கு ஜாக்சன் இருக்கை அளித்ததாகக் கூறி முந்தைய வரலாற்று ஆசிரியர்களின் குறிப்புகளை மேற்கோள் காட்டுகின்றனர்.

'இதுவரை எழுதிய கடிதங்களை எல்லாம் வாசித்துக் காட்டி அதற்கு கட்டபொம்மன் ஏதேனும் விளக்கமோ, திருத்தமோ தரும் பட்சத்தில் அதைத் தங்களுக்குத் தெரிவிக்கவேண்டும்' என ஜாக்சனுக்குக் கும்பெனி நிர்வாகம் அறிவுறுத்தி இருந்தது. அதனால், 'எனது கடிதங்கள் அனைத்தும் கிடைத்ததா?' என ஜாக்சன் வினவினான்.

'பல கடிதங்கள் வந்தன. அவற்றிற்கு வாய்ச்சொல் மூலமாகவும், கடிதங்கள் மூலமும் பதில் அனுப்பி இருக்கிறேன். தவிர, எல்லா கடிதங்களும் என்னிடம் கொடுக்கப்பட்டதா? என்பதை அறிய முடியவில்லை' என கட்டபொம்மன் பதில் உரைத்தான். அதனால் கடிதங்களுக்குப் பொறுப்பதிகாரியாக இருந்த ஜபால் நவீஸ்-ஐ அழைத்து தான் எழுதிய அனைத்து கடித நகல்களையும் எடுத்துவந்து வாசித்துக் காட்ட உத்தரவிட்டான். கடிதங்கள் அனைத்தும் வாசித்துக் காட்டப்பட்டது. எல்லாம் முடிந்ததும், 'கச்சேரியில் (நிர்வாக அலுவலகம்) நிகழ்ந்த இந்தப் பேட்டி குறித்து நான் சென்னைக்கு ரிப்போர்ட் செய்யவேண்டும். அங்கிருந்து பதில் வரும்வரை சிறிது காலம் இராமநாத புரத்திலேயே நீ தங்கி இருக்க வேண்டும். இது மேலிட உத்தரவு. நீ தங்குவதற்கு ஏதுவாக ஒரு கட்டிடத்தை ஏற்பாடு செய்து தருகிறேன்' என ஜாக்சன் கூறினான்.

ஆனால் கோட்டைக்குள் வைசூரி (அம்மை நோய்) நோய் இருப்பதாகக் கூறிய கட்டபொம்மன் கோட்டைக்கு வெளியே தான் தங்கி இருக்க அனுமதி கேட்டான். பல மணி நேரம் காத்திருந்த போதும் அதற்கான அனுமதி வழங்கப்படவில்லை. தண்ணீர் அருந்த வேண்டும் என்றபோது அனுமதி கொடுக்கப் பட்டது. சில நூல்களில் ஓய்வு எடுக்க அனுமதி கேட்டு தரப்பட்டதாக கூறப்பட்டுள்ளது.

மாடியில் இருந்து தோட்டத்திற்கு வந்த கட்டபொம்மனுக்கு ஏதோ விபரீதம் நிகழப்போகிறது. ஜாக்சன் சதித்திட்டம் தீட்டிச் செயல்படுகிறான் என்ற உணர்வு ஏற்பட ஆரம்பித்தது. உடனே ஊமைத்துரைக்கும், பாளைய வீரர்களுக்கும் சமிஞ்ஞை செய்தான்.

கைது நடவடிக்கையில் இருந்து தப்பும் முகமாக கட்டபொம்மனும், ஊமைத்துரையும், தானாதிபதியும் அங்கிருந்து வெளியேற முயற்சிக்கும்போது பதுங்கி இருந்த பாளையத்து வீரர்கள் அவர்களுக்கு உதவுவதற்காக அரண்மனைக்குள் நுழைய முயன்றனர். இதனால் அரண்மனை வாசலில் காவல் பணியில் இருந்த கும்பெனி படை வீரர்களுக்கும், கட்டபொம்மனின் வீரர்களுக்கும் மோதல் மூண்டது. தப்பிச் செல்ல முயன்றவர்களை கைது செய்வதற்காக கும்பெனிப் படைகள் சூழ்ந்தபோது பாளைய வீரர்களுடைய

வாளும், ஈட்டியும், வளரியும் அவர்களைத் துண்டாட ஆரம்பித்தன.

தன்னைப் பிடிக்க வந்த லெப்டினென்ட் கிளார்க்கை குறுவாளால் வெட்டிச் சாய்த்துவிட்டு கதவை உடைத்துக்கொண்டு கட்டபொம்மன் வெளியேறினான். தானாதிபதி சிவ சுப்பிரமணிய பிள்ளை மட்டும் சிக்கிக்கொள்ள விசையுறு பந்தாய் கட்டபொம்மனும், ஊமைத்துரையும் எஞ்சி இருந்த வீரர்களோடு அங்கிருந்து வெளியேறினர்.

'சிப்பாய்கள் துப்பாக்கிகளுக்கு மருந்து போடுவதற்குக்கூட அவகாசம் கிடைக்கவில்லை. பாளையக்காரரோ (கட்டபொம்மன்) விரைவில் வெளியில் செல்வதற்காகக் கோட்டை வாயிலைத் தாக்கினார். அச்சமயத்தில் ஆசாரவாசல் சாத்தித் தாழிட்டு சங்கிலியால் பிணைக்கப்பட்டிருந்தது. ஆனால், கன்னிவாசல் சாத்தப்பட்டிருந்ததேயொழிய தாழிடப் படவில்லை. அதனைக் கண்ட பாளையக்காரர் அதையே இலக்காகத் தாக்கிக் கதவைத் திறந்துகொண்டு வெளியே போய்விட்டார்' என்கிறார் தி.நா. சுப்பிரமணியன்.

அதிர்ந்து போன ஜாக்சன்

கட்டபொம்மனின் நடவடிக்கையையும், அவன் தப்பியதையும் கண்டு ஜாக்சன் அதிர்ந்து போனான். இராமலிங்க விலாச நிகழ்வு சம்பந்தமாக 21.09.1798ல் போர்டு ஆஃப் ரெவின்யூவிற்கு நீண்ட கடிதம் ஒன்றை எழுதினான்.

அதில் '21.08.1798ல் இராமநாதபுரத்தை விட்டுப் புறப்பட்டேன். 27.08.1798ல் நான் முகாமிட்டிருந்த இடத்திற்கு அருகில் என்னைச் சந்திப்பதற்காக பாஞ்சாலங்குறிச்சி பாளையக்காரர் பெரும் படையுடன் வந்து தங்கியிருப்பதாக தகவல் தெரிவிக்கப்பட்டது. அவரை இராமநாதபுரத்தில் மட்டுமே வைத்து சந்திப்பேன் என நான் பதில் தகவல் அனுப்பினேன். அவரும் மறுப்பு ஏதும் சொல்லாமல் என்னைப் பின் தொடர்ந்து வந்தார். 09.09.1798 மாலையில் இராமநாதபுரத்திற்கு வந்த நான் மறுநாள் 10.09.1798ல் இராமநாதபுரம் கச்சேரியில் சந்திக்கச் சொல்லி தகவல் அனுப்பினேன். கட்டபொம்மனோடு அவனுடைய தம்பி, அமைச்சர் ஆகியோர் என்னைச் சந்திக்க வந்தனர்' என்பதில் தொடங்கி கட்டபொம்மன் மீதான குற்றச்சாட்டுகளுக்கான

விசாரிப்புகள், கிஸ்தி பாக்கி குறித்து விசாரித்தது, கடிதப் பரிமாறல்களை அதற்குரிய பொறுப்பதிகாரி மூலம் வாசித்துக் காட்டியது உள்ளிட்ட விவரங்களைக் குறிப்பிட்டிருந்தான்.

'அவ்விடத்தை விட்டுச் சென்று சிறிது ஓய்வெடுத்து வருகிறேன் என கட்டபொம்மன் கேட்டபோது நான் அனுமதியளித்தேன். அதை சாதகமாக்கிக்கொண்டு தனது படை வீரர்களுடன் சேர்ந்து வாயிற்கதவை உடைத்துக்கொண்டு தப்பிக்க முயன்றான். அப்போது அங்கு வந்த லெப்டினெண்ட் கிளார்க் பாளையக் காரர்களை கச்சேரிக்குத் திரும்பச் சொன்னார். நம் வீரர்களுக்கு அவர்கள்மீது தாக்குதல் ஏதும் நடத்த அவர் உத்தரவு பிறப்பிக்காத நிலையில் கட்டபொம்மன் தன் குறுவாளை உருவி கிளார்க்கின் வலது நெஞ்சில் குத்தினான். அந்த இடத்திலேயே அவர் உயிரிழந்தார்.

இதைக் கண்ட சிப்பாய்கள் துப்பாக்கியால் சுட்டார்கள். இந்த கலவரத்தில் இரண்டு சிப்பாய்கள் கொல்லப்பட பாளைய வீரர்கள் சிலர் காயமுற்றனர். தப்பியவர்கள் காயம்பட்ட வீரர்களை மட்டும் தங்களோடு தூக்கிச் சென்றுவிட்டனர். அமைச்சர் தானாபதி சிவசுப்பிரமணிய பிள்ளை மட்டும் கைது செய்யப்பட்டு சிறையில் அடைக்கப்பட்டுள்ளார்.

'நடந்த நிகழ்வுகளைக் கவனிக்கையில் பாஞ்சாலங்குறிச்சி பாளையக்காரரும் அவருடன் வந்த நான்காயிரத்திற்கும் மேற்பட்ட வீரர்களும் இந்தத் தாக்குதலை முன்கூட்டியே திட்டமிட்டு நடத்தியதாகத் தெரிகிறது.

எனவே, 'இனிமேலும் தாமதிக்காமல் கட்டபொம்மனுக்கு எதிரான நடவடிக்கையை எடுக்கவேண்டிய கட்டாயத்தை நான் சுட்டிக்காட்ட வேண்டிய அவசியமில்லை. அவனை அழிக்க ஒரு முழு ராணுவப் படையும், இரண்டு பீரங்கிகளும், அரை ரெஜிமெண்ட் குதிரைப் படையும் தேவைப்படும். அவனைப் பிடித்துத் தருபவர்களுக்கு ஐயாயிரம் ரூபாய் வெகுமதி அளிப்பதும் நல்லது. எப்படி ஆயினும் அவனுடைய பாளையத்தை அவனிடமிருந்து கைப்பற்றி விடவேண்டும்' என வலியுறுத்தி இருந்தான்.

இராமநாதபுரம் நிகழ்வானது கும்பெனிக்கு பெரும் கலக்கத்தை உண்டு பண்ணியது. கட்டபொம்மனைப் பின்பற்றி மற்ற

பாளையக்காரர்களும் கிளர்ச்சிகளில் ஈடுபடக்கூடும் என கும்பெனி நினைத்தது. மைசூர் போர் முடிவுறாத நிலையில் தென்னகப் பகுதிகளில் போர் சார்ந்து எந்த நடவடிக்கைகளையும் மேற்கொள்ள இயலாத சூழல் அவர்களின் கவலைக்கு முதல் காரணமாக இருந்தது. இதனால் கும்பெனிக்கு பாதகம் ஏற்படாதவகையிலும், பாளையக்காரர்களிடம் கிளர்ச்சி மனப்போக்கு உருவாகாத வகையில் அமைதி நிலையை ஏற்படுத்தவும் முயன்றனர்.

சென்னை ஜார்ஜ் கோட்டையில் இருந்த அரசாங்க செயலாளர் ஜெ. வெப் 03.10.1798ல் ஒரு பிரகடனத்தை வெளியிட்டான். அதில், 'கட்டபொம்மன் கும்பெனியாரையோ அல்லது திருச்சியில் இருக்கும் மேஜர் ஜெனரல் பிளாய்டையோ சந்திக்க வேண்டும். இது கடைசி சந்தர்ப்பமாக வழங்கப்படுகிறது. இந்த உத்தரவை மதித்து அப்படிச் செய்யும் பட்சத்தில் நியாயமான விசாரணை நடத்தப்படும். இதை மறுக்கும் பட்சத்தில் கும்பெனி தனது அதிகாரத்தை நிலைநிறுத்துவதற்காக பாளையத்தின்மீது கடும் நடவடிக்கை எடுக்க நேரிடும்' என எச்சரிக்கை செய்யப் பட்டிருந்தது.

அப்பிரகடனத்தை எடுத்துக்கொண்டு கண்ணையன், சுப்பராயன் என்ற கும்பெனியின் இரு பிரதிநிதிகள் பாஞ்சாலங்குறிச்சிக்குச் சென்றனர். அப்பிரகடனத்தின் நகலைப் பெற்றுக்கொண்ட கட்டபொம்மன் அதன் மூலப்பிரதியையும் பார்க்க விரும்பினான். அவர்கள் அதையும் கட்டபொம்மனிடம் கொடுத்தனர். சுமார் மூன்று மணி நேரம் தன் பிரதிநிதிகளுடன் அப்பிரகடனம் குறித்து கட்டபொம்மன் ஆலோசனை நடத்தினான். கோட்டைக்கு வெளியில் ஓர் அந்தணர் வீட்டில் தங்கியிருந்த அவ்விரு கும்பெனிப் பிரதிநிதிகளையும் வரவழைத்து ஆளுக்கொரு தலைப்பாகை அளித்ததோடு, தன் பிரதிநிதி ஒருவருடன் பதில் கடிதத்தையும் கொடுத்தனுப்பினான்.

டேவிசனிடம் நிகழ்த்திய ஆலோசனை

ஆங்கிலேய வியாபாரியான டேவிசன் என்பவன் டச்சுக்காரர்கள் ஆட்சி செய்து வந்த தூத்துக்குடியில் தங்கி வணிகம் செய்து வந்தான். உண்மையில் அவன் வணிகன் அல்ல. 'வியாபாரி' என்ற போர்வையில் அங்கு தங்கி டச்சுக்காரர்களிடம்

தொடர்புகொள்ளும் பாளையக்காரர்களைக் கண்காணிக்கும் ஆங்கிலேய ஒற்றன் என தமிழ்வாணன் குறிப்பிடுகிறார். டச்சுக் காரர்களிடம் கட்டபொம்மன் தொடர்புகொண்டிருந்தான். பின் தூத்துக்குடி ஆங்கிலேயர்கள் வசமானபோது டேவிசனுக்கும், கட்டபொம்மனுக்குமான நட்பு ஆரம்பமானது.

அக்காலகட்டத்தில் பெரிய பாளையங்களுள் ஒன்றாகவும், நாயக்க பாளையங்களுக்கிடையே செல்வாக்குமிக்க பாளையக் காரராகவும் கட்டபொம்மன் திகழ்ந்ததால் அவனை கும்பெனிக்கு இணக்கமானவராக ஆக்கிக்கொள்ள டேவிசன் விரும்பினான். இதனால் இருவருக்குமிடையே ஒரு நட்புறவு இருந்து வந்தது.

இராமலிங்க விலாச நிகழ்வு கும்பெனியுடன் ஒரு நேரடியான மோதலுக்கு வழிவகுத்துவிட்டதை உணர்ந்த கட்டபொம்மன் ஆலோசனை கேட்பதற்காக டேவிசனை பாஞ்சாலங்குறிச்சிக்கு வரவழைத்தான். நிகழ்ந்தவைகளைக் கேட்டறிந்த டேவிசன் அது குறித்து கும்பெனிக்கு கடிதம் எழுதுவதாகவும், தானாதிபதியை விடுதலை செய்ய ஆவண செய்வதாகவும் உறுதி கூறிச் சென்றான். சொன்னபடியே கும்பெனி நிர்வாகத்திற்குக் கடிதம் ஒன்றையும் அனுப்பி வைத்தான்.

அதில், 'ஜாக்சன் கட்டபொம்மனை ஊர், ஊராய் அலைக்கழித்தது தேவையற்ற செயல் என்றும், பாஞ்சாலங்குறிச்சி பாளையத்தை நண்பனாக்கிக் கொள்வதன் அவசியம்பற்றியும், மறவர் பாளையங்கள் எல்லாம் ஒன்றுகூடி கும்பெனிக்கு எதிராக நிற்கும் நிலையில் இதர பாளையங்களையும் பகையாக்கிக்கொள்வது அத்தனை நல்லதல்ல' என்றும் குறிப்பிட்டிருந்தான்.

கட்டபொம்மனின் பதிலும், ஜாக்சனின் மறுப்பும்

இராமலிங்க விலாசத்தில் நடந்தவை குறித்து அந்த பதில் கடிதத்தில் கட்டபொம்மன் விளக்கம் அளித்திருந்தான்.

'கலெக்டரின் உத்தரவுப்படி அவரைச் சந்திக்க திருக்குற்றாலம் வந்த போது அனுமதி கிடைக்கவில்லை. இராமநாத புரத்தில்தான் சந்திக்க வேண்டும் என கண்டிப்பாகச் சொல்லி விட்டதால் உடல் நலம் சரியில்லாத நிலையில் பாளையத்திற்குச்

சென்று தங்கி உடல் நலம் தேறிய பின் இராமநாதபுரம் வந்து சந்திப்பதாகச் சொல்லி தகவல் அனுப்பினேன்.

'துபாஷியோ, சொக்கம்பட்டிவரை வந்தால் சந்திக்க ஏற்பாடு செய்வதாகச் சொல்ல நானும் சென்றேன். அதன் பின் சாத்தூர், திருவில்லிபுத்தூர் என தொடர்ந்து வந்தபோதும் அனுமதி கிடைக்கவில்லை. ஆயினும், பேரையூர், பாவவாலி, பாலமரா, கமுதி என கலெக்டரைப் பின் தொடர்ந்து பயணம் செய்து இராமநாதபுரத்தை வந்தடைந்தேன்.

'வழி நெடுகிலும் என்னைக் கோட்டைக்குள் அழைத்து என்மீது தாக்குதல் நடத்தப்படும். கைது செய்யப்படுவேன் என தகவல்களை அறிந்தபோதும் உங்களுடைய குழந்தையாகிய நான் கும்பெனியின் மீது நம்பிக்கை வைத்து இராமநாதபுரம் வந்து சேர்ந்தேன். வழக்கமாக சந்திக்கும் இடத்தில் அல்லாமல் இம்முறை அரண்மனையின் மாடியில் வைத்து சந்திக்கச் செய்ததோடு உடன் வந்தவர்களை என்னோடு வர சிப்பாய்கள் அனுமதிக்கவில்லை. அதோடு, என் இடையில் கையைக் கொடுத்து இழுத்து தொல்லை கொடுத்தனர்.

'கலெக்டரின் உத்தரவுப்படியே இங்கு வந்திருப்பதாகச் சொன்ன போதும் அவர்கள் அப்படிச் செய்வதைக் கைவிடவில்லை. அந்த சமயத்தில் லெப்டினெண்ட் கிளார்க்கும், மற்றொரு வீரரும் என்னைப் பிடிக்க வந்தனர். நான் திரும்பி ஓடினேன். கோட்டையின் வாசல் அடைக்கப்பட்டிருந்தது. சிப்பாய்கள் சுட ஆரம்பித்ததால் நான் வாயிலை உடைத்துக்கொண்டு வெளியேறினேன். என் பின்னால் வந்தவர்களை நோக்கி சிப்பாய்கள் துப்பாக்கியால் சுட ஆரம்பித்தனர். வாட்களால் வெட்டினர்.

'எனது ஆள் ஒருவன் லெப்டினெண்ட் கிளார்க்கை குத்திக் கொன்றான். பலர் காயமடைந்தனர். என்னுடன் வந்தவர்களில் என் மைத்துனர்கள் உள்பட சிலர் இறந்தனர். அச்சமயத்தில் நான் அங்கு இல்லை. இந்தத் தகவல்களை எனக்குப் பின்னால் வந்தவர்கள் என்னிடம் தெரிவித்தார்கள். என் அமைச்சர் தானாதிபதி சிவசுப்பிரமணிய பிள்ளை மூலம் தகவல் வரும் என நான் நினைத்திருந்த வேளையில் அவர் கைது செய்யப்பட்டு சிறை வைக்கப்பட்ட தகவல் கிடைத்தது.

'என்னைத் தங்கிச் செல்லுமாறு கூறியபோது அரண்மனையில் வைசூரி நோய் கண்டிருந்ததால் வெளியில் சென்று வர அனுமதி கேட்டேன். பல மணிநேரம் காத்திருந்த பின்பும் கலெக்டர் அனுமதி தரவில்லை. தண்ணீர் அருந்துவதற்காக நான் வெளியில் வந்தபோது சிப்பாய்கள் என்னுடைய வெள்ளி, பித்தளை பாத்திரங்களை நாசம் செய்து கொண்டிருந்தனர். கும்பெனியின் உத்தரவுக்குக் கட்டுப்பட்டு இது நாள்வரை நடந்து வந்திருக்கிறேன். நானும், எனது பாளைய மக்களும் உங்களையே சார்ந்திருப்பதால் நீங்கள்தான் காப்பாற்றவேண்டும் எனவும், திருச்சி சிறையில் அடைக்கப்பட்டிருக்கும் அமைச்சர் தானாதிபதி சிவசுப்பிரமணிய பிள்ளையை உடனே விடுவிக்க வேண்டும்.'

கட்டபொம்மனை சிறந்த கள வீரனாகக் காட்ட எத்தனிக்கும் வரலாற்றாசிரியர்கள் கும்பெனிக்குப் பணிந்து எழுதிய இக்கடிதம் பிரச்னையைச் சமாளிக்க அவன் கையாண்ட வழிமுறை என சிலாகிக்கின்றனர். கட்டபொம்மனை முதல் முழக்க வீரனாகவோ, ஆங்கிலேயருக்கு எதிர் நின்றவனாக முன்நிறுத்தப்படுவதை மறுக்கும் வரலாற்றாசிரியர்கள் இக்கடிதம் கட்டபொம்மனை பலவீனமானவனாகவும், கும்பெனிக்குப் பணிந்தும், பயந்தும் நடந்து கொள்பவனாகவும் காட்டுவதாகக் குறிப்பிடுகின்றனர்.

13.10.1798 கட்டபொம்மன் எழுதிய மேற்குறிப்பிட்ட கடிதத்திற்கு 16.10.1798ல் ஜாக்சன் பதில் கடிதம் ஒன்றை அனுப்பினான். கட்டபொம்மனை இராமநாதபுரத்தில் வைத்தே சந்திப்பேன் என தான் கூறியிருந்ததற்கு ஆதாரமாக திருக்குற்றாலத்தில் இருந்து கட்டபொம்மனுக்கு எழுதிய கடித நகலை இணைத்திருக்கிறேன். 'வழி நெடுகிலும் என்னைக் கோட்டைக்குள் அழைத்து என்மீது தாக்குதல் நடத்தப்படும். கைது செய்யப் படுவேன் என தகவல்களை அறிந்ததாக' பாளையக்காரர் தெரிவித்திருக்கிறார்.

இது உண்மை எனில் இத்தகவல் அவருக்குத் தெரியும் வண்ணம் நான் கூறியிருக்க மாட்டேன். பாளையக்காரரை வழக்கமான இடத்தில் வைத்துத்தான் சந்தித்தேன். கச்சேரியின் கீழ் பகுதி சேதமாகி இருந்ததால் மேல்மாடிக்கு வரச்சொன்னேன். பாளையக்காரரோடு ஆயுதம் தாங்கிய வீரர்கள் பலரும்

வந்திருக்கும் தகவல் அறிந்ததாலேயே சந்திப்பதற்கு நால்வரை மட்டும் வரச் சொன்னேன்' என விளக்கங்கள் கூறி மறுப்பு தெரிவித்திருந்தான். அவ்வாறே கட்டபொம்மன் சொல்லி இருந்த பிற குற்றச்சாட்டுகளையும் மறுத்திருந்தான்.

பாளையக்காரர் தப்பிச் செல்ல முயல்கிறார் என்பதை உதவியாளர் மூலம் அறிந்ததும் அவர் வெளியேறாதபடி கோட்டை கதவுகளை மூடச் சொன்னேன். அதற்குள் அவர் இரண்டு வாயில்களையும் கடந்து தனது ஆட்களுடன் தப்பிச் சென்றுவிட்டார் என்றும், வாசலில் காவல் இருந்த சிப்பாய்களின் துப்பாக்கிகளில் சிறு முன் கத்தி பொறுத்தப் பட்டிருந்ததேயொழிய தோட்டாக்கள் நிரப்ப பட்டிருக்க வில்லை என்றும் தெரிவித்திருந்தான்.

இராமலிங்க விலாச நிகழ்வு சம்பந்தமாக கட்டபொம்மன் எழுதி இருந்த கடிதத்தில் சொல்லி இருந்தவைகளும், அதற்கு ஜாக்சன் அளித்திருந்த பதில் விபரங்களும் ஒன்றுக்கொன்று முரண்பாடாக இருப்பதைக் கும்பெனி நிர்வாகம் கவனத்தில் கொண்டது. தூத்துக்குடியில் இருந்து டேவிசன் எழுதிய கடிதத்தோடு, ஜாக்சன், கட்டபொம்மன் இருவரிடமிருந்தும் முரண்பாட்டோடு வந்த கடிதங்களும் நிர்வாகக் குழுவுக்கு கிடைத்தது. எனவே, உண்மை நிலவரத்தை அறிய கும்பெனி நிர்வாகம் முடிவு செய்தது.

திருச்சி விசாரணையும், திருத்தப்பட்ட குற்றச்சாட்டுகளும்

கும்பெனியின் சென்னைப் பிரிவிற்குப் பொறுப்பேற்றிருந்த ராபர்ட் கிளைவ் கட்டபொம்மனை கும்பெனியின் அதிகாரத்திற்குக் கட்டுப்படும்படியும் அப்படிக் கீழ்படிந்தால் நடந்தவைகள் குறித்து விசாரணைக்கு உத்தரவிடுவதாகவும் கூறினான். ஒருவேளை இந்த உத்தரவுக்கு மறுக்கும் பட்சத்தில் அரசின் நடவடிக்கையை எதிர்கொள்ள நேரிடும் என எச்சரித்தான்.

அதன் தொடர்ச்சியாக கட்டபொம்மனுக்கு நம்பிக்கை ஏற்படுத்தும் நோக்கில் அவன் கோரியிருந்தபடி அமைச்சர் தானாதிபதி பிள்ளையை ராபர்ட் கிளைவ் விடுதலை செய்ததோடு கலெக்டர் ஜாக்சனை தற்காலிக பதவி நீக்கம் செய்து உத்தரவிட்டான்.

கிளைவ் மேற்கொண்ட இந்த நடவடிக்கைகளாலும், கட்டபொம்மனை திருச்சிக்கு அழைத்து வர வேண்டும் என தானாதிபதி சிவசுப்பிரமணிய பிள்ளையிடம் விடுக்கப்பட்டிருந்த கோரிக்கையாலும், டேவிசன் மூலம் மேற்கொள்ளப்பட்ட அறிவுறுத்தலாலும் மனம் மாறிய கட்டபொம்மன் கும்பெனியின் உத்தரவிற்குக் கட்டுப்பட சம்மதித்தான்.

இராமநாதபுரம் சம்பவம் குறித்து மேல் விசாரணைக்கு உத்தரவிடப்பட்டது.

வில்லியம் ஓர்ம், வில்லியம் ப்ரௌன், ஜான் காஸ்மேயர் ஆகிய மூவர் அடங்கிய விசாரணைக்குழு அமைக்கப்பட்டது. 1798 டிசம்பர் 15ல் அக்குழுவின் முன் ஜாக்சனும், கட்டபொம்மனும் ஆஜராகினர்.

இராமநாதபுரம் இராமலிங்க விலாச நிகழ்வு குறித்து விசாரணைக் குழுவிடம் விளக்கமளித்த கட்டபொம்மன், ‘விழுமிய உங்கள் பெருந்தகைமையை நினைத்து கழிவில் நேர்ந்த அழிவுகளை யெல்லாம் மறந்து வழி முழுதும் கடந்து நேரே கண்டு மகிழ்ந்து கருணை பெற வந்துள்ளேன்’ என்று கூறினான்.

தொடர்ந்து ‘கும்பெனி அரசுக்கு இடையூறாக யாரேனும் தடை செய்ய நேரின் யானே நேரெதிர்ந்து அவரை நிலையழித்து இங்கு நலமுறச் செய்வேன்; உலகறிய நின்று எந்நிலையிலும் தளராமல் கும்பெனிக்கு உறுதியாக உழைப்பேன். இது வான் அறிய மண் அறியச் சொன்ன உண்மை’ எனச் சொன்னான்.

கட்டபொம்மன் கூறியதைக்கேட்ட கும்பெனி அதிகாரிகள் அவனுக்கு ‘தென்னாட்டுச் சிங்கம்’ என்ற பட்டத்தை வழங்கியதோடு, ஆறாயிரம் ரூபாய் மதிப்புள்ள ஒரு முத்து மாலையையும் கழுத்தில் அணிவித்தனர். கட்டபொம்மன் அவர்களின் பெருந்தன்மையை நினைத்து ‘அவ்வள்ளல்களுக்கு என்றும் நன்றியறிவுடன் நின்று இனிது துணை செய்வதே தம் கடமையென நெடிது துணிந்து முடிவு செய்து முடிவில் அவர்களிடம் இவர் விடை பெற நேர்ந்தார்.

அப்போது, ‘ஐயன்மீர்! என்னை ஒரு பொருளாக மதித்து செய்த பிழைகளை எல்லாம் பொறுத்துச் சீர் பல செய்துள்ள மேலோர்களாகிய உங்கள் முன்னிலையில் இனி யான் யாது

சொல்ல வல்லேன்! சேய் என நின்று ஆயதைச் செய்வேன். வாய் பேசி ஆவது ஏன்? வந்து நாளாகின்றது; விடையருளுங்கள்' என்று கும்பெனியரிடம் கூறி விடைபெற்றார்.'

ஜெகவீரபாண்டியனார் தன் நூலில் விவரித்துக் காட்டும் இவ்வுரையாடல்கள் கட்டபொம்மன் ஆங்கிலேயர்களுக்கு எதிராகக் கொண்டிருந்த நிலைப்பாடு குறித்து விவரிக்கிறது. இதுவும் வழக்கம்போல வரலாற்றாசிரியர்களிடையே மாறுபட்ட கருத்துகளை உருவாக்கியது. கட்டபொம்மன் வரலாற்றை எழுதியவர்களில் சிலர் இந்நிகழ்வுகளைத் தங்கள் நூல்களில் இரட்டடிப்புச் செய்தனர்.

ஜாக்சன், கட்டபொம்மன் ஆகிய இருவரின் கருத்துக்களையும் கேட்ட விசாரணைக்குழு 'கும்பெனிக்கு எதிராக இதுவரை எதுவும் செய்ததில்லை; இனியும் செய்ய மாட்டேன்' என உறுதி மொழியளித்த கட்டபொம்மன்மீதான குற்றச்சாட்டுகளை நிராகரித்தது. கட்டபொம்மனைக் குற்றமற்றவர் என அறிவித்தது.

'விசாரணையின்போது துளசித் தண்ணீரைக் குடித்துவிட்டு தெய்வ நம்பிக்கையுடன் சாட்சி சொன்ன மூன்று பேர்கள் கட்டபொம்மனின் கைகளால்தான் கிளார்க் கொலை செய்யப்பட்டார்' என்று கொடுத்த வாக்குமூலத்தை ஜே.எப். கீரான் பாதிரியார் பதிவு செய்துள்ளார். ஆனால், நடைபெற்ற நிகழ்வுக்கு மாறாக கட்டபொம்மனைக் குற்றமற்றவர் என அறிவித்ததற்குக் காரணம், 'இப்போது இருக்கும் சூழலில் பாளையக்காரரைப் பகைத்துக்கொள்ளவேண்டாம் என கும்பெனி நிர்வாகம் நினைத்திருக்கலாம்' என கருத்துக் கூறியுள்ளார்.

இந்தக் கருத்தை அப்படியே ஏற்க முடியாது என்பது சிலரின் வாதம். அதற்கு ஆதாரமாக கட்டபொம்மன் இராமலிங்க விலாச நிகழ்வு குறித்து எழுதிய கடிதத்தை மேற்கோள் காட்டுகின்றனர். எப்படி இருப்பினும் விசாரணையின் முடிவு கட்டபொம்மனை குற்றமற்றவர் என அறிவித்ததோடு ஜாக்சன் மீதான நடவடிக்கைக்கு வழி வகுத்தது.

கட்டபொம்மன் விசயத்தில் ஜாக்சன் சரியான நடவடிக்கைகளை 0மேற்கொள்ளவில்லை என விசாரணைக்குழு கருதியது.

அதோடு, அவன் மீதான ஊழல்களும் சேர்ந்துகொள்ள பதவியில் இருந்து நிரந்தரமாக நீக்கப்பட்டான். நடந்த நிகழ்வுகளில் இருந்து கட்டபொம்மனை விடுவித்தபோதும் பாளைய வீரரால் கொல்லப்பட்ட லெப்டினென்ட் கிளார்க்கின் குடும்பத்திற்கு உதவி அளிப்பதற்காக அவரின் சம்பளம் மற்றும் படிகளின் மொத்தத்தொகையை பாளையக்காரர் என்றமுறையில் கட்டபொம்மனே ஏற்க வேண்டுமென கும்பெனி அறிவித்தது.

5

புரட்சிப்பாதையை நோக்கி...

ஜாக்சனுக்குப் பதிலாக நியமிக்கப்பட்ட கலெக்டர் லூஷிங்டனும் வரிவசூல் செய்வதிலேயே குறியாக இருந்தான். தொடர்ந்து வரி கேட்டு நச்சரித்து அவன் கொடுத்த நெருக்குதல்களால் கட்டபொம்மன் ஆங்கிலேயர்களை எதிர்க்க ஆரம்பித்தார். 'கும்பெனியுடனான கட்டபொம்மனின் மோதலுக்கான காரணத்தை ஆராய்ந்தால் வரிவசூல் என்பது நிரந்தரமான அடிப்படைக் காரணம் என்பது புலப்படும்' என்கிறார் பேராசிரியர் கே. ராஜய்யன். கட்டபொம்மன் புரட்சிப் பாதையை நோக்கி மெல்ல நகர ஆரம்பித்தார்.

நான்காம் மைசூர் போர் தொடங்கியதையடுத்து ஆங்கிலேயர்களுக்கு எதிராக பாளையக்காரர்கள் ஓரணியில் திரள முயன்றனர். சிவகங்கை மருது சகோதரர்கள், திண்டுக்கல் கோபால நாயக்கர், ஆனைமலை யாதுல நாயக்கர் ஆகியோர் கூட்டாக இணைந்து தென்னிந்திய புரட்சிக்கான அமைப்பை உருவாக்குவதில் தீவிரம் காட்டினர். அதன்மூலம் கும்பெனிக்கு எதிராகக் களமிறங்க ஆயத்தமானவர்கள் தென்னிந்திய புரட்சிக்கான அறை கூவலையும் விடுத்தனர். கிளர்ச்சியாளர்களின் தூதுக்குழு

பாஞ்சாலங்குறிச்சிக்கு வந்தது. ஒத்த கருத்துகளோடும், அபிப்ராயங்களோடும் இருந்ததால் மருதுசகோதரர்களும், கட்டபொம்மனும் கை கோர்த்தனர்.

கட்டபொம்மன் தன் ஐநூறு வீரர்களுடன் சென்று பழமனேரி என்னுமிடத்தில் தங்கி சிவகங்கை வீரர்களோடு ஆலோசனை நடத்தினார். இது குறித்து லூசிங்டன் எழுதிய கடிதத்தில், 'புள்ளிமுரா தாலுகா வழியாக நீர் சிவகங்கை நாட்டிற்குச் சென்றது கும்பெனியாரின் கட்டளைக்கு கீழ் படிய மறுத்த செயல்' எனக் குறிப்பிட்டிருந்தான்.

மைசூருக்கு எதிரான யுத்த களத்தில் கும்பெனி தீவிர கவனம் கொண்டிருந்ததால். அவர்களுக்கு எதிரான திட்டங்களை முன்னெடுப்பதில் கட்டபொம்மன் தீவிரம் காட்டினான். மருது சகோதரர்கள், இராமநாதபுரம் மயிலப்பன் ஆகியோரின் முயற்சியால் நாகலாபுரம், பாவள்ளி, கோலார்பட்டி, சென்னங்குடி, மன்னார் கோட்டை பாளையங்கள் ஓரணியில் நின்றன.

அதன் தலைமைப் பொறுப்பை ஏற்ற கட்டபொம்மன் கடல்குடி, குளத்தூர், ஏழாயிரம் பண்ணை பாளையத் தலைவர்களுடன் பேசி அவர்களையும் தன் குழுவில் இணைத்தான். தானாதிபதி சிவசுப்பிரமணிய பிள்ளையின் சகோதரர்களையும், கள்ள நாட்டினரையும் தன் குழுவில் இணையச் செய்தான்.

தானாதிபதியின் சகோதரர்களுள் ஒருவரான பாண்டியம் பிள்ளையையும், ஒற்றர்களையும் ஆங்காங்கே நியமித்து ஆங்கிலேயர்களின் நடமாட்டத்தைக் கண்காணிக்கச் செய்தான். சென்னைப் பட்டணம்வரைக்கும் கட்டபொம்மனுடைய ஆட்கள் சென்றிருந்தனர். இது ஒருபுறம் நடைபெற்றுக் கொண்டிருக்க புதிய கலெக்டர் லூசிங்டனிடமிருந்து கட்டபொம்மனுக்கு முதல் கடிதம் வந்தது.

கடிதங்களில் தொடர்ந்த யுத்தம்

16.03.1799ல் லூசிங்டன் கட்டபொம்மனுக்கு தனது முதல் கடிதத்தை எழுதினான். அதில், 'உம்மீது சாட்டப்பட்ட லெப்டினென்ட் கிளார்க் கொலை வழக்கில் பாரபட்சமற்ற விசாரணை நடத்தப்பட்டது. அதில் உம்மை குற்றமற்றவர் என

அறிவிப்பதில் மகிழ்கிறேன். அரசின் இந்த நீதியான நடவடிக்கை கும்பெனிக்குக் கீழ்படிந்தும், நம்பிக்கையுடனும் நீ நடந்து கொள்ளும்வரை தொடரும். இதிலிருந்து நீ தவறமாட்டாய் என்ற நம்பிக்கையின் அடையாளமாக உமது பாளையமும், அதன் முழு உரிமையும் திருப்பி தரப்பட்டுள்ளது.

லெப்டினென்ட் கிளார்க் உம்முடைய வீரர் ஒருவரால் கொல்லப்பட்டதால் அதற்கு நீர் பொறுப்பேற்க வேண்டியிருப்ப தாலும், கிளார்க்கின் குடும்பத்திற்கு அளிக்கவேண்டிய உதவித் தொகை குறித்து ஆலோசிப்பதற்காகவும் இராமநாதபுரத்திற்கு வந்து என்னை உடனே சந்திக்கவேண்டும். அப்போது கடந்த ஆண்டிற்கும், இந்த ஆண்டிற்குமான வரிபாக்கியையும் கொண்டு வரவேண்டும். இந்தக் கடிதத்தின்மீது கவனம் செலுத்துவீர்' என நம்புகிறேன் என குறிப்பிட்டிருந்தான்.

கட்டபொம்மன் எழுதிய பதில் கடிதத்தில், 'நான் குற்றமற்றவன் என அறிவிக்கப்பட்டதில் மிகுந்த மகிழ்ச்சியடைகிறேன். இந்த நடவடிக்கையினை நானும் எனது வருங்கால சந்ததியினரும் இந்தப் பாளையம் நிலைத்திருக்கும்வரை மறக்கமாட்டோம். விசுவாசமும், நன்றியும் உடையவர்களாக இருப்போம். உங்கள் கடிதம் கிடைத்ததும் உடனடியாக இராமநாதபுரத்திற்கு வர இயலவில்லை. காரணம், கடந்த நான்கு மாதங்களாக இராமநாதபுரம், திருச்சி எனச் சென்றுவிட்டு கடந்த மாதத்திற்கு முன்னர்தான் என் பாளையத்திற்கு வந்தேன். மழை பொய்த்து விட்டதால் மக்கள் கிராமங்களை விட்டு வெளியே சென்றுவிட்டார்கள். விவசாயமும் இல்லாமல் போய்விட்டது. வெளியேறிய மக்களை மீண்டும் குடியமர்த்துவதற்கான வேலைகளைச் செய்துகொண்டிருக்கிறேன். அவர்கள் வந்ததும் வரிவசூல் செய்துகொண்டு கிஸ்தி பணத்தோடு தங்களைச் சந்திக்க இராமநாதபுரம் வருகிறேன்' என எழுதினான்.

தவிர, 'நான் முன்பு இராமநாதபுரம் வந்தபோது கொள்ளையிடப்பட்ட என் பல்லக்கு, தண்டிகை, குதிரைகள் உள்ளிட்ட என் உடைமைகளைத் திருப்பித் தரச் செய்ய வேண்டும். அதுபோல, தேசக்காவலுக்காக ஆண்டொன்றுக்கு 3000 சக்கரங்கள் வரை சார் மஹாலில் இருந்து எனக்கு வர வேண்டும். கடந்த ஆண்டு அவைகளை வசூலிக்க முடியாதபடி

கலெக்டர் ஜாக்சன் தடுத்துவிட்டார். எனவே கடந்த ஆண்டும், இந்த ஆண்டும் தேசக்காவலுக்காக எனக்கு வர வேண்டிய பணத்தை உடனே கிடைக்க உத்தரவிடவேண்டும்' எனவும் கேட்டிருந்தான்.

விரைவில் சந்திக்க வருகிறேன் எனச் சொன்ன கட்டபொம்மன் சொன்னபடி நடந்துகொள்ளவில்லை. அதை நினைவூட்டியும், விளைவுகளைச் சொல்லி எச்சரித்தும் லூசிங்டனும் கடிதம் எழுதத் தவறவில்லை. இராமநாதபுரம் சீமையில் கைது செய்யப்பட்டிருந்த சேதுபதி மன்னருக்கு ஆதரவாக நிகழ்ந்த கலகத்தில் செய்தித் தொடர்புகள் முழுமையாகத் துண்டிக்கப் பட்டன.

இத்தகைய நடவடிக்கைகளில் பாஞ்சாலங்குறிச்சியில் இருந்து வந்தவர்கள் கலந்துகொண்டதாகவும், டச்சுக்காரர்களிடமிருந்து ஆயுதங்கள் பெற்று சேதுபதிக்கு கட்டபொம்மன் விற்பனை செய்ததாகவும் விசாரணையில் தெரிய வந்ததால் அது சார்ந்து கும்பெனி எடுத்த நடவடிக்கைகள்பற்றியும், எடுக்கப்பட வேண்டிய மேல் நடவடிக்கைகள் குறித்தும் பேசுவதற்காகத் தன்னை வந்து சந்திக்கும் படி கட்டபொம்மனுக்கு லூசிங்டன் மீண்டும் ஒரு கடிதம் எழுதினான்.

கட்டபொம்மனோ, 'புறப்பட்டு வருவதற்கு இன்று நல்ல நாள் இல்லை. அதனால் வேறு ஒரு நல்ல நாளில் வந்து சந்திக்கிறேன்' என்று தகவல் சொல்லி அனுப்பினார். ஆனால், லூசிங்டன் அதை ஏற்காமல் 'உடனே வந்து சந்திக்க வேண்டும்' என்ற உத்தரவோடு ஒருவரை அனுப்பி வைத்தான். 29.04.1799 அன்று நல்ல நாளாக இருப்பதால் அன்று நிச்சயம் வந்து சந்திப்பதாக வந்தவரிடம் தகவல் சொல்லி அனுப்பினான்.

தகவல் வெறும் தகவலாக மட்டுமே இருந்தது. இதனால் எரிச்சலடைந்த லூசிங்டன் 14.05.1799ல் மீண்டும் ஒரு கடிதத்தை எழுதினான். அதில், 'சந்திக்க வருவதாய் சொன்ன தேதி கடந்தும் அது பற்றிய எந்தத் தகவலும் இதுவரை இல்லை. அதற்கான காரணத்தையும் புரிந்துகொள்ள இயலவில்லை. உன் செயல்களால் பாளையத்தின்மீது கும்பெனி நடவடிக்கை எடுக்க வேண்டிய நிர்பந்தத்தை நீயே உருவாக்குகிறாய். தவிர, இராமநாதபுரம் சீமையில் கும்பெனிக்கு எதிராக நடைபெற்ற

கலகங்களிலும், அத்துமீறிய செயல்களிலும் உன் பாளையத்தைச் சேர்ந்தவர்கள் கலந்து கொண்டிருக்கிறார்கள். அதுபற்றிய விசாரணைக்கு அழைத்தும் அவர்கள் வர மறுத்ததால் அவர்களைக் கைது செய்து காவலில் வைத்திருக்கிறேன். அவர்கள் இங்கு வந்ததற்கான காரணத்தை நீ விளக்கவேண்டும்' என்று குறிப்பிட்டிருந்தான்.

மே மாதம் இறுதி வாக்கில் கட்டபொம்மன் பாஞ்சாலங் குறிச்சியில் இருந்து கிளம்பிய தகவலை லூசிங்டன் அறிந்தான். கட்டபொம்மனின் வருகையை எதிர்பார்த்து காத்திருந்தவனுக்கு ஏமாற்றமே மிஞ்சியது. இராமநாதபுரத்திற்குப் பதிலாக கட்டபொம்மன் சிவகங்கைக்குச் சென்ற செய்தி அறிந்ததும் கோபம்கொண்ட லூசிங்டன் இராமநாதபுரத்தில் இருந்து கிளம்பி கமுதியில் முகாமிட்டான்.

அங்கிருந்தபடி 04.06.1799ல் ஒரு கடிதத்தை எழுதினான். அதில், தன்னை வந்து நேரில் சந்திக்காமல் காரணங்களைச் சொல்லி காலம் தாழ்த்துவது நல்லதல்ல என்று எச்சரித்திருந்ததோடு, பத்து மைல் தொலைவிற்குள் தான் முகாமிட்டிருப்பதால் உடனே வந்து சந்திக்கும் படி கட்டளையிட்டிருந்தான்.

அதற்கு கட்டபொம்மன், தன்னுடன் சண்டையிட்டுக்கொண்டு சிவகங்கைக்கு வந்துவிட்ட தன் சித்தப்பாவை சமாதானம் செய்து அழைத்துச் செல்லவே சிவகங்கை சீமைக்கு வந்திருப்பதாகவும், அவரை பாஞ்சாலங்குறிச்சிக்கு அனுப்பி வைத்த பின் இராமநாதபுரத்திற்கு வந்து தங்களை சந்திக்கலாமென்று இருந்ததாகவும் பதில் கடிதம் அனுப்பினான்.

கட்டபொம்மனின் பதிலில் சமாதானம் அடையாத லூசிங்டன், 'இந்தக் கடிதம் கிடைத்த ஐந்து மணிநேரத்திற்குள் தன்னை வந்து சந்திக்க வேண்டும் என்றும், தவறும் பட்சத்தில் அதன் விளைவுகள் கடுமையாக இருக்கும்' என்றும் எச்சரித்து கடிதம் ஒன்றை அனுப்பி வைத்தான். அதற்கு 'உடல் நலமில்லாமலும், களைப்பாகவும் இருக்கிறேன். வெயில் கடுமையாக இருக்கிறது. மாலை மூன்று மணிக்கு மேல் சந்திக்க வருகிறேன்' என்றும், தனியாளாக வந்து சந்திக்க முடியாதென்றும், தனது படைகள் சூழ வந்து சந்திக்க அனுமதிக்க வேண்டும் என்றும் கட்டபொம்மன் தகவல் சொல்லி அனுப்பினான்.

அதன்பின், 'இன்று நாள் நன்றாக இல்லை, நாளை காலை வந்து சந்திக்க அனுமதி தர வேண்டும்' எனக் கேட்டு கடிதம் ஒன்றையும் வேறொரு நபர் மூலம் அனுப்பினான். அந்தக் கோரிக்கையை ஏற்ற லூசிங்டன் மறுநாள் காலை ஏழு மணிக்கு தன்னை வந்து சந்திக்கும்படி கட்டபொம்மனுக்குச் சொல்லி அனுப்பினான். தன் படைகள் சூழ வந்து சந்திக்க அனுமதிக்கவேண்டும் என மீண்டும், மீண்டும் கட்டபொம்மன் வைத்த கோரிக்கையை ஏற்க மறுத்த லூசிங்டன், மற்ற பாளையக்காரர்களைப்போல முப்பது ஆட்களுடன் மட்டுமே வந்து தன்னைச் சந்திக்கவேண்டும் என்று உறுதியாகக் கூறினான்.

மறுநாள் ஏழு மணிவரை காத்திருந்த லூசிங்டன் இம்முறையும் கட்டபொம்மன் வரவில்லை என்பதை அறிந்ததும் அடுத்த ஊருக்குப் புறப்பட ஆயத்தமானான். அதற்கு முன் கட்டபொம்மனுக்கு ஒரு கடிதம் அனுப்பினான். அக்கடிதத்தில், 'இக்கடிதம் கிடைத்த இரண்டு மணி நேரத்திற்குள் தான் கூறியபடி முப்பது ஆட்களுடன் வந்து தன்னைச் சந்திக்கவேண்டும் என்றும், தவறும் பட்சத்தில் சிறிதும் தாமதிக்காமல் உடனே உன் பாளையத்திற்கு சென்று மறு உத்தரவு வரும்வரையில் வேறு எங்கும் செல்லாமல் அங்கேயே தங்கி இருக்க வேண்டும்' என்றும் உத்தரவிட்டிருந்தான்.

இந்தத் தகவல் கிடைத்ததும் கட்டபொம்மன் தன் வக்கீல் சங்குப்பிள்ளையை கலெக்டர் லூசிங்டனைச் சந்திக்க அவரது முகாமிற்கு அனுப்பி வைத்தான். இரவு எட்டு மணி ஆகிவிட்டதால் இனி எந்தப் பேட்டியும் கிடையாது என்று சந்திப்பிற்கு மறுத்த லூசிங்டன் கடிதத்தில் எழுதிய செய்தியை மீண்டும் அவரிடம் உறுதிப்படுத்தியதோடு நின்றுவிடவில்லை. கட்டபொம்மனைக் கையோடு அழைத்துச் சென்று பாஞ்சாலங்குறிச்சியில் விட்டு வருவதற்கு ஹிர்காார் (அதிகாரி) ஒருவரை அனுப்பி இருப்பதாகவும், அவரிடம் கும்பெனிக்குச் சேர வேண்டிய வரிபாக்கியை உடனடியாக கொடுத்து அனுப்புமாறும் 06.06.1799ல் சம்பந்தப்பட்ட ஹிர்காார் மூலமே தகவல் அனுப்பினான்.

நடந்தவைகளை விளக்கியும், தன் நடவடிக்கைகள் குறித்தும் போர்டு ஆஃப் ரெவினியூவிற்கு லூசிங்டன் விரிவான கடிதத்தையும் அனுப்பினான்.

லூசிங்டனின் கட்டளைப்படி பாஞ்சாலங்குறிச்சிக்குத் தன்னை அழைத்து வந்த அதிகாரியிடம் 12.06.1799ல் கடிதம் ஒன்றை கட்டபொம்மன் கொடுத்தனுப்பினான். அதில், 'நடந்துபோன தவறுகளுக்காக வருந்துவதாகவும், பெரிய மனது பண்ணி தன்னை மன்னிக்க வேண்டும் என்றும், துரையை (கலெக்டரை) பேட்டி காண முடியாமல் போனது தன் துரதிருஷ்டம் என்றும், கும்பெனிக்குச் சேர வேண்டிய பாக்கித்தொகையை விரைவில் அனுப்பி வைப்பதாகவும்' உறுதி கூறியிருந்தான்.

கட்டபொம்மன், தான் எழுதிய கடிதங்களில், 'உங்கள் குழந்தையான எனக்கு எப்போதும் பாதுகாப்பும், ஆதரவும் அளிப்பீர்கள் என்று நம்புகிறேன். தாங்கள் செய்த காரியங் களுக்காக நானும், என் தலைமுறையும், பாளையமும் என்றும் நன்றியுடன் இருக்கும். கும்பெனிக்குச் சேரவேண்டிய கிஸ்தியை வசூலித்து விரைவில் அனுப்பி வைப்பேன். ஒரு நல்லநாளில் இராமநாதபுரத்தில் கலெக்டரை சந்திக்க வருகிறேன்' எனக் குறிப்பிட்டபோதும் உண்மையில் அவர் அந்த எண்ணம் கொண்டிருக்கவில்லை.

'கட்டபொம்மன் உண்மையிலேயே கலெக்டருக்குக் கீழ்படிந்து நடக்கவில்லை; கீழ்படிந்து நடக்கும் எண்ணமே அவருக்குக் கிடையாது. கமுதியில் உள்ள கலகக்காரர்களுடன் சேர்ந்து கொள்வதற்கான சந்தர்ப்பத்திற்காகக் காத்திருந்தார். கலெக்டரை ஏமாற்றிக் கொண்டிருந்தார்' என சார் மஹால் தாசில்தாரின் கடிதத்தை மேற்கோள் காட்டி கீரான் பாதிரியார் குறிப்பிடுகிறார்.

கட்டபொம்மனின் நடவடிக்கைகளால் அவன்மீது கும்பனி சந்தேகப் பார்வையைக் கொண்டிருந்த நிலையில் தானாதிபதி செய்த ஒரு செயல் அதை இன்னும் உறுதிபடுத்தும்படி அமைந்தது.

தானாதிபதியால் உருவான விரிசல்

தானாதிபதியின் மகனுக்கு திருமணம் செய்ய ஏற்பாடானது. கட்டபொம்மனைச் சந்தித்து தகவல் சொன்னார். அவனும் மனம் மகிழ்ந்து பொன்னும், நெல்லும் கொடுத்து அருளினான். திருமணத்திற்கு நம் இனத்தவர் அதிகம் வருவார்கள் என்பதால் மன்னர் கொடுத்த நெல் போதாது. இன்னும் கொஞ்சம் வேண்டும் என தானாதிபதியின் மனைவி கூறினாள். இல்லாள் சொல்லுக்கு

மறுப்புச் சொல்லாத பிள்ளை அதற்கு ஏற்பாடு செய்வதாகக் கூறினார்.

நெல்லை விலை கொடுத்து வாங்குவது தன் நிலைக்கு இழுக்கு என நினைத்தவர் வேறு வகையில் அவைகளை சேகரிக்க ஆயத்தமானார். ஐநூறு பேர், இருநூறு பொதி மாடுகளோடு இரு படைத்தளபதிகளையும் தயார் செய்தார். பாய்வதற்கான களத்தைத் தேடி உளவாளிகளை அனுப்பினார். எங்கும் சரியான களம் அமையவில்லை. அதற்காக தானாதிபதி பிள்ளை தன் முயற்சியில் பின்வாங்கவில்லை.

பாளையங்களில் இருந்து வரியாக வசூலித்த தானியங்களை பாளையங்கோட்டை, ஆத்தூர், ஸ்ரீவைகுண்டம், ஆழ்வார் திருநகரி ஆகிய இடங்களில் கும்பெனி சேகரித்து வைத்திருந்தது. இச்சேமிப்பு மையங்களுக்கான தலைமையதிகாரியாக இருந்த 'பிறகட்டு' (Perketto) எனும் ஆங்கிலேய அதிகாரி பாளையங் கோட்டையில் தங்கியிருந்தான். இந்த சேமிப்புக்கிடங்குகளில் ஒன்றான ஸ்ரீவைகுண்டம்மீது தானாதிபதி தனது கவனத்தைத் திருப்பினார்.

தனது கூட்டத்தோடு ஸ்ரீவைகுண்டம் சேமிப்புக்கிடங்கை சென்றடைந்தவர் அங்கிருந்த நெல்மணிகளை சாக்குகளில் கட்டி ஏற்ற உத்தரவிட்டார். அங்கிருந்த காவலாளிகளும், அளவுக் காரரும் அதைத் தடுக்க முயன்றனர். இரு தரப்பிலும் மோதலானது. எதிர் நிற்க முடியாமல் சிதறி ஓடிய சேமிப்புக் கிடங்கு காவலாளிகளில் சிலர் தங்களின் தலைமைக் காவலனான பாண்டியத் தேவனுக்கு தகவல் தந்தனர்.

பதறி வந்த பாண்டியத் தேவனின் காவல் கம்பு பலரைப் பதம் பார்த்தது. தானாதிபதியின் கூட்டத்தில் இருந்த காமய நாயக்கன் என்பவனின் கம்பால் தலையில் அடிபட்டு வீழ்ந்த பாண்டியத் தேவனை நிலவறையில் தள்ளி நெல்லைக் கொட்டி மூடும்படி தானாதிபதி சொல்ல அவருடைய ஆட்களும் அவ்வாறே செய்து முடித்தனர்.

பாண்டியத்தேவன் இறந்த செய்தியறிந்த அவன் மனைவி கனகி பாளையங்கோட்டைக்குச் சென்று சேமிப்புக்கிடங்கின் தலைமையதிகாரியான பிறகட்டுவைச் சந்தித்து முறையிட்டாள். கோபத்தின் உச்சிக்குச் சென்றவன் நடந்த விபரங்களை

கும்பெனியின் உயரதிகாரிகளுக்குத் தெரிவித்ததோடு கலெக்டருக்கும் தகவல் அனுப்பினான். கூடவே, கட்ட பொம்மனுக்கு 'தானாதிபதியின் செயல்கள் குறித்தும், அதைக் கண்டிக்காமல் அவருக்கு ஆதரவு தருவது குறித்தும் எழுதியவன் கொள்ளையிட்டுச் சென்ற நெல்லுக்கு விலை தர வேண்டும். கொள்ளைக்கும், கொலைக்கும் பதில் தர வேண்டும். இவைகளை ஒரு வாரகாலத்திற்குள் செய்ய வேண்டும்' எனவும் கடிதம் எழுதினான்.

ஆங்கிலேயர்களுடன் பகை உண்டாகும்படியாக இப்படியொரு காரியத்தை தானாதிபதி செய்துவிட்டாரே என நினைத்து கட்டபொம்மன் வருந்தினான். தானாதிபதியை விசாரணைக்கு அழைத்தான். தானாதிபதி கொஞ்சமும் அசரவில்லை. 'கும்பெனியார் நமக்கு வேண்டியவர் என்பதால் நெல்லை விலை கொடுத்து வாங்கி வரவே அங்கு சென்றேன். கொள்முதல் செய்து கொண்டிருந்த நேரத்தில் அங்கிருந்தவர்கள் நம்மவர் களோடு வாய்ச்சண்டையில் ஈடுபட்டு வம்புக்கு இழுத்தனர். இதனால் கலகம் மூண்டது. நான் எவ்வளவோ தடுத்துப் பார்த்தும் முடியவில்லை. இரு பக்கமும் கொலைகள் விழுந்தன. தப்பியவர்கள் நெல்லை வாரிக்கொண்டு ஓடினர். என்னால் தடுக்க முடியாத நிலையில் நான் விலை கொடுத்து வாங்கிய நெல்லை மட்டும் எடுத்து வந்தேன். களவாடும் நோக்கில் அங்கு செல்லவில்லை' என சத்தியம் செய்தார். அதை நம்பிய கட்டபொம்மன் பிற்கட்டுவின் கடிதத்திற்கு பதில் ஏதும் எழுதவில்லை.

ஒருவாரகாலம் பொறுத்திருந்த பிற்கட்டு குதிரையேறி பாஞ்சாலங்குறிச்சிக்கு வந்தான். சூறையாடப்பட்ட நெல்லுக்கு பணத்தையும், சூறையாடக் காரணமாக இருந்த தானாதி பதியையும் தர வேண்டும் என்றான். பணம் தர சம்மதித்த கட்டபொம்மன் தானாதிபதிக்காக பரிந்து நின்றான். அவனின் பரிவைக் கண்டு பொங்கி எழுந்த தானாதிபதி, 'மகாராஜா உங்களின் பெருமை என்ன? அவனிடம் போய் பரிந்து பேசிக் கொண்டிருக்கிறீர்கள். அவனை விட்டுவிடுங்கள். போய் செய்வதைச் செய்யட்டும்' என்ற தொனியில் பேசியதைக் கண்ட பிற்கட்டுவின் கோபம் இன்னும் அதிகமானது. இனி பேசுவதற்கு ஒன்றுமில்லை எனக் கூறிவிட்டு அவன் பாளையங் கோட்டைக்குத் திரும்பினான்.

கட்டபொம்மனுக்கும், கும்பெனிக்குமான உறவில் விரிசல் விழுவதற்குக் காரணமாக இப்பிரச்னை குறித்துக் கூறும் ஜெகவீரபாண்டியனாரின் கூற்றை மறுக்கும் தமிழ்வாணன் உள்ளிட்ட சிலர், 'கட்டபொம்மனின் தம்பி ஊமைத்துரைக்குத் திருமணம் ஏற்பாடானது. இதை அறிந்த தானாதிபதி அத்திருமணத்தோடு சேர்த்து தன் மகன் திருமணத்தையும் நடத்த நினைத்தார். கட்டபொம்மனும் சம்மதித்தான். அவ்விரு திருமணத்திற்கும் வேண்டிய நெல்மணிகளை தானாதிபதி பிள்ளை கொள்ளையடித்தார். கட்டபொம்மனுக்குத் தெரியாமல் இது நடைபெற்றிருக்க வாய்ப்பே இல்லை. இருவரும் கூட்டாகத் திட்டமிட்டே இக்காரியத்தைச் செய்தனர். தானாதிபதியைப் பிடித்துக் கொடுத்தால் அவர் தன்னைக் காட்டிக் கொடுத்துவிடுவார் என்று அஞ்சியே கட்டபொம்மன் அவரை கும்பெனியிடம் ஒப்படைக்கவில்லை' என வாதிடுகின்றனர்.

இவ்விரு கருத்துகளுக்கும் மாறாக, 'ஸ்ரீவைகுண்டம் தானியக் கிடங்கை தானாதிபதி சிவசுப்பிரமணிய பிள்ளை கொள்ளையிட்ட நேரத்தில் மிகுந்த வறட்சி நிலவியது. மழை பொய்த்துப் போனதால் மக்களுக்கு எந்த தானியங்களும் கிடைக்கவில்லை. பஞ்சம் மிகுந்தது. அதனால் தானியக் கிடங்கை பலவந்தமாகத் திறந்து அங்கிருந்த தானியங்களை மக்கள் எடுத்துச்செல்ல அனுமதித்திருப்பார் என்று நம்புகிறேன்' என்ற தகவலைக் கட்டபொம்மனின் கூற்றாக வரலாற்றாய்வாளர் செ. திவான் பதிவு செய்கிறார். காரணங்கள் மாறுபட்டிருந்த போதும் தானாதிபதி செய்த இக்காரியம் பாஞ்சாலங்குறிச்சி பாளையத்தின்மீது கும்பெனியைக் கோபம்கொள்ள வைத்தது.

கட்டபொம்மனின் கும்பெனிக்கு எதிரான நடவடிக்கைகள்

கடந்த காலங்களில் எட்டயபுரம், ஏழாயிரம் பண்ணை, சிவகிரி, ஊத்துமலை, சேத்தூர் உள்ளிட்ட பாளையங்களின் விவகாரங்களில் கட்டபொம்மனின் பெயரும் அடிபட்டது. அதுகுறித்த புகார்கள் அப்பாளையக்காரர்களால் கலெக்டருக்கும், கும்பெனிக்கும் அனுப்பப்பட்டிருந்தது. ஊத்துமலை பாளையக் காரர் கலெக்டர் லூசிங்டனுக்கு 13.06.1799ல் 'பாஞ்சாலங்குறிச்சி பாளையக்காரர் தன் 500 ஆட்களை அனுப்பி கங்கை தாலுகாவில் வரிவசூல் செய்ய முயல்கிறார்' எனத் தகவல் அனுப்பினார். கும்பெனிக்கு நல்ல பிள்ளையாய் காட்டிக்கொண்டு

அவர்களுக்கு எதிராக களமிறங்கும் கலகத்திற்கு பலம் சேர்த்துக் கொண்டிருந்த கட்டபொம்மனின் நடவடிக்கைகள் மெல்ல வெளியில் தெரிய ஆரம்பித்தது.

சிவகிரி பாளையம் சம்பந்தமாக சிவகிரி பாளையக்காரர் மகனும், அவரின் ஆலோசகர்களும், மாப்பிள்ளை வன்னியனும் 1793ல் பாஞ்சாலங்குறிச்சிக்கு வந்து சென்றிருந்தனர். இந்நிலையில், புரட்சி அமைப்பில் சிவகிரி பாளையக்காரர் சேர மறுத்தார். இதனால் அவருடைய மகன் மூலம் பாளையத்தை இணைக்கும் முயற்சியை கட்டபொம்மன் மேற்கொண்டான். சிவகிரி பாளையத்தை தங்கள் வளையத்திற்குள் கிளர்ச்சியாளர்கள் கொண்டுவர தீவிரம் காட்டியதற்கு அதன் அமைவிடச் சூழல் முக்கிய காரணமாக இருந்தது.

மேற்குத் தொடர்ச்சி மலையின் கீழ் அமைந்திருந்ததால் எளிதில் கடந்து செல்ல முடியாத எல்லைகளையும், பாயவும், பதுங்கவும் ஏற்ற அரண்களையும் சிவகிரி பாளையம் கொண்டிருந்தது. இயற்கையாகவே அமைந்திருந்த இந்தச் சூழல் கிளர்ச்சியாளர்கள் தங்களுக்கான முக்கிய பதுங்கு கேந்திரமாக அப்பாளையத்தை தேர்ந்தெடுக்கத் தூண்டியது.

சிவகிரி பாளையக்காரரின் மகன் மூலமாக அப்பாளையத்தை கிளர்ச்சி யாளர்கள் வசமாக்குவதன் மூலம் தன் செல்வாக்கை உயர்த்திக் கொள்ள கட்டபொம்மன் நினைத்தான். சிவகிரி பாளையக்காரரின் மகனுக்கு உதவுவதற்காக தன் படைவீரர்களில் இரண்டாயிரம் பேரை கட்டபொம்மன் அங்கு அனுப்பி வைத்தான். கட்டபொம்மனின் திட்டத்தை முன் கூட்டியே அறிந்த மேஜர் கிராமி, சிவகிரி கோட்டைக்குச் செல்லும் குறுகிய பாதையை நன்கு வலுப்படுத்திக் கொண்டு சிவகிரியாருக்கு ஆதரவாக வரும் ஆங்கிலேயப் படைகளை எதிர்க்க கிளர்ச்சியாளர்கள் திட்டமிட்டிருக்கிறார்கள் என்பதை உறுதி செய்துகொண்டான்.

நிலைமையைச் சமாளிக்க சிவகிரிபாளையக்காரர், ஊத்துமலை பாளையக்காரரின் உதவியை நாடினார். சிவகிரிபாளையத்துக்கு தன் படைகளை அனுப்ப அனுமதி கேட்டு ஊத்துமலை பாளையக்காரர் கலெக்டருக்கு கடிதம் அனுப்பினார். அனுமதி கொடுத்தால் அது உள்நாட்டுப் போராக மாற வாய்ப்பாகி விடும்

என நினைத்த லூசிங்டன் இத்தகவலை கும்பெனிக்கு அறிக்கையாக அனுப்பி வைத்தான்.

கும்பெனியின் ஆதரவைப் பெற்றிருந்த சிவகிரிபாளையக்காரர், ‘கட்டபொம்மனின் ஆதரவு பெற்ற கோலார்பட்டி பாளையக் காரர்கள் எங்கள் கிராமங்களுக்குள் புகுந்து வரி வசூலிக்கிறார்கள். எனது கிராமமான அம்மையார்பட்டிக்கும் அவர்களின் ஆதரவு பெற்ற ஒரு படை வந்திருக்கிறது. அதேபோல, கும்பெனியின் கீழ் உள்ள இளையரசனேந்தல் கிராமத்திற்குத் தன் அமைச்சரின் சகோதரர், செவத்தையா உள்ளிட்ட இரண்டாயிரம் நபர்களுடன் பாஞ்சாலங்குறிச்சி பாளையக்காரர் வந்து சென்றிருக்கிறார்.

தன் பாளையவீரர்கள் மூலம் கிராமங்களுக்குள் முற்றுகையை நடத்தியும், கொள்ளையிட்டும் என் எல்லைக்குட்பட்ட பகுதிகளில் வாழும் மக்களுக்கு அச்சத்தை ஏற்படுத்தி வருகிறார். சிவகிரி பாளையத்தை என்னிடம் இருந்து பறித்துக்கொண்டு என்னைக் கொல்லவும் திட்டமிட்டுள்ளார். கும்பெனிக்கு வரி கட்டுபவன் என்ற முறையில் நீங்கள் என்னைப் பாதுகாக்கவேண்டும்’ எனக்கூறி 05.08.1799ல் நீண்ட கடிதம் ஒன்றை எழுதினார்.

அருப்புக்கோட்டைக்காரர்களான திருமலை ஐயங்கார், கிருஷ்ணன், வெங்கடேஸ்வர ஐயர் ஆகியோரும் நாகலாபுரம் (கட்டபொம்மனின் ஆதரவு பெற்ற பாளையம்) பாளையத் திற்குத்தான் காவல் வரி தர வேண்டும் என பாஞ்சாலங்குறிச்சி பாளையக்காரர் நிர்பந்திக்கிறார் என புகார் அளித்தனர். தன் பாளையத்திற்குள் அத்துமீறி நுழைந்து கொள்ளையடித்ததாக 07.08.1799ல் ஊத்துமலை பாளையக்காரர் கும்பெனிக்கு மீண்டும் ஒரு புகார் அனுப்பினார்.

தலைவன் கோட்டை பாளையக்காரர், ‘பாஞ்சாலங்குறிச்சி பாளையக்காரரையும் அவரோடு இணைந்து நிற்கும் இதர பாளையக்கரர்களையும் ஒடுக்கி கும்பெனியார் எங்களைக் காப்பாற்ற வேண்டும்’ என்று வேண்டுகோள் விடுத்தார். நேரடி பாதிப்புக்கு உள்ளான சிவகிரி பாளையக்காரர் மற்றும் இதர பாளையக்காரர்களிடமிருந்து பெற்ற கடிதம் மற்றும் தகவல்களாலும், புகார் கடிதங்களாலும் கட்டபொம்மன்

தங்களுக்கு எதிரான நடவடிக்கைகளில் இறங்கி வருவதை கும்பெனி உறுதி செய்து கொண்டது.

தன்னைக் கடைசி வரையிலும் சந்திப்பதைத் தவிர்த்து வந்த கட்டபொம்மன்மீது லூசிங்டன் மிகுந்த கோபம் கொண்டான். அவன் தனது கடைசி எச்சரிக்கையை நேரடித் தகவலாக கட்டபொம்மனுக்குச் சொல்லி அனுப்பிவிட்டு போர்ட் ஆஃப் ரெவின்யூவுக்கும் விரிவான கடிதம் எழுதி அனுப்பினான்.

அத்துடன் ஸ்ரீவைகுண்டம் தானியக்கிடங்கு கொள்ளை சம்பந்தமாக சேமிப்புக்கிடங்கின் தலைமை அதிகாரி பிறகட்டு சென்னைக்கு வந்து கவர்னர் எட்வர்டு சாண்டர்ஸைச் சந்தித்து கட்டபொம்மன் மற்றும் தானாதிபதி சிவசுப்பிரமணிய பிள்ளைபற்றிக் கூறிய குற்றச்சாட்டுகளும் சேர்ந்துகொண்டது. இதனால் கட்டபொம்மன்மீது கும்பெனி தனிக்கவனம் கொள்ள ஆரம்பித்தது.

கப்பம் கட்டும் பாளையத்தில் இருந்தே ஒருவர் (சிவகிரி பாளையக்காரரின் மகன்) தங்களுக்கு எதிராக களம் இறங்கியிருப்பதை கும்பெனி அத்தனை எளிதாக எடுத்துக் கொள்ள விரும்பவில்லை. சிவகிரி பாளையக்காரர் தன் மகன்மீது எந்தப் புகாரும் தராதபோதும், சம்பந்தப்பட்ட பாளையத்தின் அதிகாரம் நவாப்பின் அதிகார வரம்பிற்குள் இருந்தபோதும் அதுபற்றி கும்பெனி கவலைப் படவில்லை. நேரடி நடவடிக்கையில் இறங்கியது.

களம் இறங்கிய கும்பெனி

புரட்சி அமைப்பு உருவாக ஆரம்பித்திருந்த நேரத்தில் மைசூர் போரில் கவனம்கொண்டிருந்த ஆங்கிலேயர்கள் அது தீவிரமடையத் தொடங்கியிருந்த சமயத்தில் திப்புவை வீழ்த்தி வெற்றி முரசு கொட்டினர். 1799 மே 4ல் திப்புவை வீழ்த்திய ஆங்கிலேயர்களின் கவனம் இப்போது தெற்குச் சீமை நோக்கித் திரும்பியது. தங்களுக்கு எதிரான பெரிய எதிர்ப்புகள், சிக்கல்கள் அனைத்தையும் தீர்த்து விட்டபடியால் முழு கவனத்தையும் கும்பெனி திருநெல்வேலியின் மீது செலுத்த முடிவு செய்தது.

கட்டபொம்மனின் நடவடிக்கைகளால் தங்களுக்கு எதிராக பெரும் யுத்தம் மூளக் கூடும் என சந்தேகப்பட்ட கும்பெனி,

கவர்னர் எட்வர்ட் கிளைவ் தலைமையில் சென்னையில் கூடி விவாதித்தது. இனியும் பாளைய விவகாரங்களில் தலையிடாமல் இருக்கவேண்டிய அவசியமில்லை என முடிவு செய்தது.

இதன்மூலம் தனது ஆளுகையில் இருக்கும் பகுதிகளில் இருந்து அனைத்து நிர்வாக அமைப்புகளையும் ஒழித்து விடவும், பாளையக்கார முறைக்கு ஒரு தீர்க்கமான முடிவை எடுக்கவும் கும்பெனி நினைத்தது. 1792ல் திப்பு சுல்தான் மற்றும் நவாப்புடன் ஆங்கிலேயர்கள் செய்துகொண்ட ஒப்பந்தம் பாளையக்கார முறையை ஒழிப்பதற்கான வாசலைத் திறந்து விட்டது. கும்பெனி தனது கரங்களை பாளையங்களின்மீது இறுக்கத் தொடங்கியது. நவாப்பின் கட்டுப்பாட்டில் இருந்த பாளையங்களை இறையாண்மைக்கு எதிராக கும்பெனி தன் வசப்படுத்த ஆரம்பித்தது.

இராமநாதபுரம், திண்டுக்கல், பழனி, ஏரவாடு, சங்கம்பட்டி, மரூர் உள்ளிட்ட பாளையங்கள் ஒன்றன் பின் ஒன்றாக கும்பெனி நிர்வாகத்தின் கீழ் கொண்டுவரப்பட்டன. அதற்காக ராணுவ நடவடிக்கைகளும் எடுக்கப்பட்டன. அப்படியான ஒரு நடவடிக்கையை தென்சீமை பகுதிகளிலும் எடுப்பதன்மூலம் அப்பகுதிகளில் இருக்கும் பாளையக்காரர்களின் வலிமையை ஒடுக்கி விட முடியும் என கும்பெனி நினைத்தது. அதன் ஆரம்பமாக பாஞ்சாலங்குறிச்சிக்கு எதிராக நன்கு பயிற்சி பெற்ற படையை அனுப்ப முடிவு செய்தது.

அதற்கான முன்னேற்பாடாக, ‘பாளையங்களின் வரிவசூல் (பேஷ்குக்) கலெக்டரின் முந்தைய வேண்டுகோளில் இருந்து, கும்பெனியின் ஆணைபற்றிய அறியாமையாலோ அல்லது சொந்த அரச பக்தியினாலோ, நவாப்பின் ஆட்சியின் கீழ் பாளையங்களில் தற்காலிகப் படைகள் இல்லாத நேரத்தில் பாளையக்காரர்கள் தங்களுக்குப் பழக்கமான கலகச் செயல்களில் ஈடுபடுவதைத் தடுக்கவில்லை என்பதை அறிந்து வருந்துகின்றோம்.

கட்டபொம்ம நாயக்கனின் கடந்த விசாரணையில் நாம் காட்டிய பொறுமை, அமைதி, நீதிமுறை ஆகியவை இதர பாளையக்காரர் களுக்கும் குறிப்பாக கட்டபொம்மனுக்கும் பிரிட்டிஷ் ஆட்சிபற்றிய நல்ல எண்ணத்தையும், அவர்களிடம் பக்குவமாக

நடந்துகொள்ள வேண்டிய தன்மையையும் உண்டாக்கியிருக்கும் என நம்புகிறோம்.

'ஆனால், ஆயுதம் தாங்கிய படைவீரர்கள் இல்லாமல் கலெக்டரைச் சந்திக்க மறுத்தது, வரிப்பணத்தைக் கட்டுவதில் காலம் தாழ்த்தியது, சிவகிரி பாளைய விவகாரத்தில் ஈடுபட்டது போன்ற செயல்கள் எல்லாம் மேலும் அவருக்கு நன்மை தரக்கூடிய வழிகள் அனைத்தையும் அடைத்துவிட்டது. அவர்கள்மீது இருந்த நம்பிக்கையும் குறைந்து போய்விட்டது. இதனால் தென்சீமைக்கு போதுமான வீரர்களை உள்ளடக்கிய படை ஒன்றை அனுப்பி வைப்பதன் மூலம் கும்பெனியின் அதிகாரத்தை உறுதி செய்ய விரும்புகிறோம்.

'கும்பெனிக்கு எதிரான நடவடிக்கைகளில் பாளையக்காரர்கள் இறங்குவதைத் தடுக்க அவர்களைத் தண்டிக்க வேண்டியது கட்டாயமாகிறது. இதற்கென உருவாக்கப்பட்ட படைக்கான தலைமைப் பொறுப்பு பானர்மேனுக்கு அளிக்கப்பட்டுள்ளது' என்று கலெக்டருக்கு கடிதம் அனுப்பியது.

அதில், ' பாளையக்காரர்கள் மீதான நடவடிக்கைக்கள் குறித்து முடிவு எடுப்பதற்கான அதிகாரம் அவருக்கு வழங்கப் பட்டுள்ளதால் கலெக்டரும், மற்ற கும்பெனி அதிகாரிகளும் பானர்மேன் கேட்கும் அனைத்து உதவிகளையும் செய்து தரவேண்டும் எனவும், பானர்மேனிடம் இருந்து உத்தரவு வரும்வரை கும்பெனி அதிகாரிகள் தன்னிச்சையாக எந்த முடிவும் எடுக்கக்கூடாது' எனவும் அறிவுறுத்தப்பட்டிருந்தது.

கும்பெனியின் அறிவுறுத்தலைத் தொடர்ந்து கலெக்டர் லூசிங்டன் பாளையக்காரர்கள், நில உடைமையாளர்கள் மற்றும் பொது மக்களுக்கு சுற்றறிக்கை ஒன்றை அனுப்பினான். அதில், 'திப்பு சுல்தானுக்கு ஆதரவாக நடைபெற்ற கலகங்களில் திருநெல்வேலிப் பாளையக்காரர்களுக்குப் பலமுறை எச்சரிக்கை விடுத்துள்ளோம். வரி செலுத்தத் தாமதித்தாலும், வேறு எந்த வகையில் கீழ்ப்படியாமல் இருந்தாலும் கும்பெனியின் எதிர்ப்புக்கு ஆளாவோம் என அறிந்திருந்தும் அவர்களுள் சிலர் கீழ்ப்படியாமல் எதிர்த்துக் கொண்டிருக்கின்றனர். கொள்ளையடித்தும், நாட்டின் அமைதியைக் கெடுத்தும், அமைதியாக வாழும் மக்களை வேண்டுமென்றே கொலை

செய்தும் கும்பெனி ஆதிக்கத்தை எதிர்க்கிறார்கள். இந்த தகவல்கள் கவர்னர் ஜெனரலுக்கு தெரிவிக்கப்பட்டுள்ளன.' கும்பெனியின் ஆணை பற்றிய அறியாமையாலோ அல்லது சொந்த அரச பக்தியினாலோ, நவாப்பின் ஆட்சியின் கீழ் பாளையங்களில் தற்காலிகப் படைகள் இல்லாத நேரத்தில் பாளையக்காரர்கள் தங்களுக்குப் பழக்கமான கலகச் செயல்களில் ஈடுபடுவதைத் தடுக்கவில்லை என்பதை அவர் கவனித்து வந்துள்ளார்.

கட்டபொம்மனிடம் நடந்த விசாரணையில் காட்டப்பட்ட பொறுமை, அமைதி, சகிப்புத்தன்மை, நீதி ஆகியவைகள் அவருக்குக் கும்பெனியிடம் பணிவுடனும், இணக்கமாகவும் இருக்க வேண்டும் என்ற எண்ணத்தினை உருவாக்கி இருந்தது. ஆனால் வரி செலுத்த காலம் தாழ்த்துவது, ஆயுதம் தாங்கிய வீரர்கள் இல்லாமல் கலெக்டரைச் சந்திக்க மறுத்தது, சிவகிரி பாளையக்காரருக்கு எதிராகப் படை நடத்தியது ஆகிய காரணங்கள் அவருடனும், இதரப் பாளையக்காரர்களுடனும் அமைதிப் போக்கை கடைபிடிக்க வேண்டும் என்ற எண்ணத்தை நீக்கிவிட்டது. இதனால் தென் சீமையில் கும்பெனியின் அதிகாரத்தை நிலைநாட்டவும், கலகக் காரர்களை அடக்கி ஒடுக்கவும் ஒரு பெரும் படையை அனுப்ப கவர்னர் ஜெனரல் முடிவெடுத்துள்ளார். அதற்கான பொறுப்பு மேஜர் பானர்மேனுக்கு அளிக்கப்பட்டுள்ளது. கூடுதலாக ராணுவ அதிகாரமும் வழங்கப்பட்டுள்ளது.

கொலைத் தண்டனை அளிக்கும் அதிகாரத்தைக் கண்டிப்பாக பயன்படுத்தப் போவதால் எல்லோரும் அடங்காமை, கலகம் போன்ற செயல்களில் ஈடுபடாமல் இருக்குமாறு எச்சரிக்கப்படுகிறார்கள். இவ்வறிக்கைக்குப் பின் கும்பெனியின் அதிகாரத்திற்கு எதிராக எச்செயலை, எவ்வழியில் யார் செய்தாலும் அவரவர் பாளையத்தைச் சேர்ந்த மக்களின் நடத்தைகளுக்கு அந்தந்த பாளையக்காரரே பொறுப்பாவார்.

பானர்மேனுக்கு தேவைக்கேற்பவும், சூழ்நிலைக்கேற்பவும் உத்தரவிடுவதற்கான முழு அதிகாரங்களும் வழங்கப் பட்டுள்ளதால் அவரின் கட்டளைக்கு அனைவரும் கீழ்படிதல் வேண்டும். பாளையக்காரர்களின் போக்குகள், நடவடிக்கைகள் குறித்து பானர்மேன் தகவல் தரும்வரை கலெக்டர்

அத்தகையோருடன் எவ்விதத் தொடர்பும் கொள்ளமாட்டார்' என்று கூறப்பட்டிருந்தது.

தெற்கு சீமைப் பாளையங்களை கும்பெனி தன் முழுக் கட்டுப்பாட்டில் கொண்டு வருவதற்கான அதிகார மையமாக இருந்த பானர்மேன் தலைமையில் பல திசைகளில் இருந்தும் கும்பெனிப் படைகள் பாஞ்சாலங்குறிச்சி நோக்கி கனரக ஆயுதங்களுடனும், வீரர்களுடனும் பாயத் தயாராகின.

6

பாஞ்சாலங்குறிச்சியைச் சூழ்ந்த போர் மேகங்கள்

பாஞ்சாலங்குறிச்சியைப் போர்மேகங்கள் சூழ ஆரம்பித்தது. கவர்னர் ஜெனரல் வெல்லெஸ்லி தனது படைகளை சென்னையில் இருந்து திருநெல்வேலிக்கு அனுப்பினான். திருவாங்கூர் மன்னனும் தன் படைகளை அனுப்பி வைத்தான். அணிவகுத்து வந்த படைகளுக்கு பானர்மேன் தலைமை ஏற்றான்.

கட்டபொம்மன்மீது புகார் கூறி சிவகிரி பாளையக்காரர், ஊத்துமலை பாளையக்காரர் இருவரும் எழுதிய கடிதங்களை லூசிங்டனும், ஸ்ரீவைகுண்டம் தானியக்கிடங்கு கொள்ளை சம்பந்தமான விபரங்களை பிற்கட்டுவும் பானர்மேனுக்கு அனுப்பி வைத்தனர்.

கவர்னர் ஜெனரல் வெல்லெஸ்ஸி பானர்மேனுக்கு அனுப்பிய உத்தரவில் 'பாஞ்சாலங்குறிச்சி பாளையக்காரரான கட்டபொம்மனின் அத்துமீறிய நடவடிக்கைகள் ஓர் ராணுவத்தை அனுப்பி அடக்குமளவுக்கு நிலைமையை சிக்கலாக்கி உள்ளது' என்று குறிப்பிட்டிருந்தபோதும், 'போனவுடனே போர்

தொடங்கிவிடாமல் முடிந்தவரை சமாதான நிலையை மேற்கொண்டு அதன் பின் இறுதி முடிவு எடுக்கவும். நெல் கொள்ளை முதலாக நிகழ்ந்திருக்கும் தவறுகளுக்கு பிணை தந்து, தானாதிபதியை ஒப்படைத்து, உரிமையுடன் கட்டபொம்மன் பணிந்து நடக்க சம்மதிக்கும் பட்சத்தில் போர் நடவடிக்கை களைத் தவிர்க்கவும்' என ஆலோசனை சொல்லியிருந்ததால் பானர்மேன் உடனடியாக போர் நடவடிக்கைகளில் இறங்க வில்லை.

பாளையங்கோட்டையில் தங்கியிருக்கும் தன்னை 1799 செப்டம்பர் நான்காம் தேதிக்குள் வந்து சந்திக்க வேண்டுமென கட்டபொம்மனுக்கு ஆணையிட்டான்.

'கும்பெனிக்கு விசவாசமுள்ள நான் தங்களைச் சந்திக்க ஆவலாக இருக்கிறேன். ஆனால், இன்று நல்ல நாளாக இல்லாததால் வேறு ஒரு நல்ல நாளில் வந்து சந்திக்கிறேன்' என கட்டபொம்மன் தகவல் அனுப்பினான். காரணம் சொல்லி தட்டிக் கழித்தபோதும் நிலைமையின் தீவிரத்தை உணர்ந்து தூத்துக்குடிக்குச் சென்று டேவிசனிடம் கட்டபொம்மன் ஆலோசனை கேட்டான். 'பானர்மேனைச் சந்திக்காமல் இருப்பது தவறாகிவிடும். அதனால், அவனைச் சந்தித்துப் பேசுவதே நல்லது' என்று அவன் ஆலோசனை கூறினான். நேரடிச் சந்திப்பிற்கு முன் தன் பக்க கருத்துகளை விளக்கிச் சொல்ல ஒருவரை அனுப்பி வைக்கலாம் என்ற யோசனைப்படி கட்டபொம்மனின் பிரதிநிதியாக மாப்பிள்ளை வன்னியன் பானர்மேனைச் சந்திக்கச் சென்றான்.

'கட்டபொம்மன் கும்பெனிக்கு அடங்கி நடக்கவே விரும்புவதாகவும், பாக்கி இருக்கும் வரி பாக்கிகளைச் செலுத்திவிடுவதோடு, நெற் கொள்ளையில் ஏற்பட்ட நஷ்ட ஈடு முழுவதையும் தரச் சம்மதிப்பதாகவும்' மாப்பிள்ளை வன்னியன் பானர்மேனிடம் தெரிவித்தான். பானர்மேனனோ, கட்டபொம்மன் தன்னை நேரில் வந்து சந்தித்தால் மட்டுமே எது குறித்தும் பேசமுடியும் என்பதில் உறுதியாக இருந்தான். அதோடு, சிவகிரி பாளைய விவகாரம் சார்ந்த புகார் பானர்மேனிடம் இருந்ததால் அப்பிரச்னையில் சம்பந்தப் பட்டவன் என்ற காரணத்தைக் காட்டி மாப்பிள்ளை வன்னியனைக் கைது செய்து சிறையிலடைத்தான்.

தன் கையைப் பலப்படுத்திக்கொள்ளவே கட்டபொம்மன் காலம் கடத்துவதாய் நினைத்த பானர்மேன் பாஞ்சாலங்குறிச்சியைத் தாக்க முடிவு செய்தான். 1799 செப்டம்பர் நான்காம் தேதியை கட்டபொம்மனின் சந்திப்பிற்கு நிர்ணயித்தவன், அடுத்த நாளை அதாவது செப்டம்பர் ஐந்தாம் தேதியை பாஞ்சாலங்குறிச்சியைத் தாக்குவதற்கான நாளாகக் குறித்தான். அதற்கு முன் எதிரியின் நிலையை அறிந்துகொள்ள விரும்பினான். ஒற்றன் ஒருவனை பாஞ்சாலங்குறிச்சிக்கு அனுப்பி வைத்தான்.

குலதெய்வ வழிபாட்டிற்காக ஊமைத்துரையும், மற்ற படைவீரர்களும் திருச்செந்தூர் சென்றிருக்கும் செய்தியும், தானாதிபதி சுப்பிரமணிய பிள்ளை ஆத்தூரில் தங்கியிருக்கும் செய்தியும், அரண்மனைக்குள் சொற்ப எண்ணிக்கையில் மட்டுமே வீரர்கள் இருக்கிறார்கள் என்ற தகவலும் ஒற்றன் மூலம் பானர்மேனுக்குக் கிடைத்தது.

பாளையங்கோட்டையில் இருந்து படைகளை நகர்த்துவதற்கு முன் ஆத்தூரில் இருக்கும் தானாதிபதியைக் கைது செய்ய நினைத்தவன் அங்கு ஒரு படையை அனுப்பி வைத்தான்.

ஆத்தூரில் தானாதிபதி தங்கியிருந்த மாளிகையை படைகள் சுற்றி வளைத்தது. வீரர்களிடம் சிக்காமல் வீட்டின் பின்புறமாக தானாதிபதி பிள்ளை தப்பினார். அவரைத் தப்பவிட்டு ஏமாற்றமடைந்த படையினர் அவர் மனைவி உள்ளிட்ட குடும்பத்தினரைக் கைது செய்து பாளையங்கோட்டைக்குக் கொண்டுவந்தனர்.

கோட்டையை நோக்கி...

படைபலம் குறைந்த நிலையில் இருக்கும் கட்டபொம்மனைத் தாக்க இதுதான் தருணம் என நினைத்த பானர்மேன் பாஞ்சாலங்குறிச்சி நோக்கி படைகளைச் செல்ல உத்தர விட்டான். காப்டன் ஓரீலி, ப்ரூஸ், காலிஸ், டல்லஸ், ப்ளேக், ப்ரௌன் என தளபதிகள், லெப்டினென்ட், துணைத் தளபதிகள் என தலைமையேற்று 04.09.1799ல் கிளம்பிய பெரும்படை சீவலப்பேரி வழியாக பாஞ்சாலங்குறிச்சிக்குள் இறங்கியது. கோவில்பட்டி, கயத்தாறு பகுதிகளில் முகாமிட்டிருந்த படைகளும் வந்து சேர்ந்தன.

தன்னுடைய படைப்பிரிவின் ஐரோப்பிய படையும், பீரங்கிப் படைகளும் வந்து சேர காலதாமதமான போதும் அதற்காக காத்திருக்காமல் உடனடியாகத் தாக்குதல் நடத்தி பாஞ்சாலங்குறிச்சி கோட்டையைக் கைப்பற்ற பானர்மேன் நினைத்தான். கட்டபொம்மன் இரவோடு இரவாகத் சிவகிரி பாளையத்திற்குத் தப்பிப் போய்விடக்கூடும் என்பதால் ஐரோப்பிய படை வரும்வரை காத்திருக்கவில்லை என பானர்மேன் அரசாங்கச் செயலருக்கு எழுதிய கடிதத்தில் காரணம் கூறி இருந்தான். இக்கூற்று ஆதாரமற்றது என்கிறார் கால்டுவெல்.

500 அடி நீளம், 300 அடி அகலத்தில் களிமண்ணால் கட்டப் பட்டிருந்த கோட்டை சதுர வடிவ கொத்தளங்களுடன் அமைந்திருந்தது. கோட்டையின் வெளிப்பகுதி முழுவதும் கும்பெனிப் படைகளின் கட்டுப்பாட்டு வளையத்திற்குள் கொண்டு வரப்பட்டன. கோட்டையின் அத்தனை வெளித் தொடர்புகளும் துண்டிக்கப்பட்டதோடு தடுக்கத் திரண்டு வந்த மக்களும் கடுமையாகத் தாக்கப்பட்டனர். பானர்மேனின் படையெடுப்பை ஒற்றர்கள் மூலம் அறிந்த கட்டபொம்மன் கோட்டையிலிருந்த போர்முரசை ஒலிக்கச் செய்தான். பாஞ்சாலங்குறிச்சி படைவீரர்கள் அனைவரும் கோட்டைக்குள் அணிவகுக்க உத்தரவிடப்பட்டது.

முரசறைந்த சப்தம் கேட்டு திருச்செந்தூரிலிருந்து ஊமைத் துரையும், உறவினர்களும், மற்ற படைவீரர்களும் சீறி வந்தனர். கோட்டையின் வாயிலை லெப்டினென்ட் டல்லஸ் தலைமையிலான குதிரைப்படையும், காலாட்படையும் சுற்றி வளைத்திருந்தது. பாஞ்சாலங்குறிச்சி கோட்டை முழுவதும் ஆங்கிலேயர்களின் முற்றுகைக்குள் இருந்தது.

ஊமைத்துரையும், மற்ற படை வீரர்களும் முற்றுகையிட்டிருந்த படைகளைத் தாக்கி அவர்களுக்குள் புகுந்து கோட்டைக்குள் நுழைய முயன்றனர். அது அத்தனை எளிய காரியமாக இருக்கவில்லை. இருதரப்பிலும் கடும் போர் மூண்டது. பலர் உயிரிழந்தனர். ஒருவழியாய் ஊமைத்துரையும், அவனது சகோதரர்களும், சில படைவீரர்களும் கோட்டைக்குள் நுழைந்தனர். ஆத்தூரில் இருந்து தப்பி வந்த தானாதிபதி பிள்ளையும் கோட்டைக்குள் ஊடுருவினார்.

கோட்டையைத் தாக்க உத்தரவிடுவதற்கு முன் தன் துபாஷி இராமலிங்க முதலியார், ஹவில்தார் இப்ராகிம் கான், ஹரிக்கார் சாமி ஆகிய மூவரையும் சமாதானத் தூதுவர்களாக கோட்டைக்குள் அனுப்பி வைக்க பானர்மேன் முடிவு செய்தான். ஆயுதம் தரிக்காது வந்த தூதுவர்களுக்கு கட்டபொம்மனைச் சந்திக்க அனுமதியளிக்கப்பட்டது.

கட்டபொம்மனுடன் அவரின் மாமன் கெடிவெட்டூர் நாயக்கரும் உடன் இருந்தார். சூழ்நிலையை இராமலிங்க முதலியார் விளக்கிக் கூறினார். அதற்குக் கட்டபொம்மன், 'தனக்குக் கும்பெனிமீது எந்தப் பகையும் இல்லை. கும்பெனியின் கட்டளைக்குக் கீழ்படிந்து மேஜர் பானர்மேனைச் சந்திப்பதற்காக பாளையங்கோட்டைக்கு வர ஏற்பாடு செய்துகொண்டிருந்தேன். அதற்குள் அவசரப்பட்டு பாளையத்தின்மீது படையெடுத்து வந்த செயல் முறையற்றது' என்று கூறினான்.

'தாங்கள் பானர்மேனுக்கு அனுப்பியிருந்த கடிதத்தில் தேதி ஏதும் குறிப்பிடவில்லை. அதனால்தான் இந்த விபரீதம் நிகழ்ந்திருக்கிறது' என பதிலளித்த இராமலிங்க முதலியார் பானர்மேனிடமிருந்து தான் கொண்டு வந்திருந்த 'தன்னுடனே வெளியே வந்து சரணடைய வேண்டும்' என்ற சமாதானச் செய்தியைச் சொன்னார். அதை கட்டபொம்மன் ஏற்க மறுத்ததோடு எழுத்துபூர்வமாக 'கௌல்' (நில உடன்படிக்கை) தந்தால் மட்டுமே சந்திக்க வர முடியும் எனச் சொல்லி அனுப்பினான். கோட்டையில் இருந்து வெளியேறிய இராமலிங்க முதலியார் அந்தச் செய்தியோடு கோட்டையைப் பற்றிய தகவல்களையும் பானர்மேனிடம் கூறினார். தளபதிகள் கூடி ஆலோசனை செய்தனர்.

அரைமணிநேரம்வரை கட்டபொம்மனின் வருகைக்காக தளபதிகளுடன் பானர்மேன் காத்திருந்தான். கட்டபொம்மன் வரவில்லை. இதுபற்றி அரசு செயலருக்கு பானர்மேன் எழுதிய கடித்தத்தில், 'பாளையக்காரனை நன்றாக யோசிக்கச் சொல்லி, அவன் கம்பெனியிடம் அடைக்கலம் புக வாய்ப்பளித்தேன். எழுத்து மூலமாக நான் 'கௌல்' அளிப்பதாக இருந்தால் என்னிடம் வருவதாகவும், இல்லையென்றால் வர முடியாது எனவும் தெரிவித்தான். அவனைப் பணியவைக்க எல்லா முயற்சிகளையும் சலிப்பின்றிச் செய்தேன். எனினும் 9.30

மணிக்கு அவன் சிந்தித்து செயல்பட வேண்டிய வழியைத் தீர்மானிக்க மேலும் அரைமணி நேரம் கால வாய்ப்புக் கொடுத்தேன்' என்று குறிப்பிட்டிருந்தான்.

இனியும் காத்திருப்பது உசிதமில்லை என நினைத்த பானர்மேன் தாக்குதல் நடத்த முடிவு செய்தான். முன்னேறிச் செல்வதற்காக படைகள் தயார் நிலையில் இருந்தன. தளபதிகளுடன் ஆலோசனை நடத்திய பானர்மேன் தாக்குதலுக்கான உத்தரவைப் பிறப்பித்தான். தெற்குப்புற வாயிலின் பக்கவாட்டில் இருந்த படைகள் ஆறு பவுண்டு பீரங்கிகளுடன் அந்த வாயிலைத் தாக்குவது என்றும் அதேநேரத்தில் லெப்டினென்ட் டல்லஸ் தலைமையிலான படைகளோடு திருவாங்கூர், எட்டயபுரம் படைகளும் ஒருங்கிணைந்து வடக்குப் புற வாயிலைத் தாக்குவது என்றும் திட்டமிடப்பட்டு செயல்படுத்தப்பட்டது.

சமிஞ்ஞை கொடுக்கப்பட்டதும் பீரங்கிகள் குண்டுமழை பொழிந்தன. தெற்குப் புற வாயில் கதவு தெறித்துச் சிதறியது. கொத்தளத்தில் ஏற்பட்ட பிளவுப்பகுதியை நோக்கி அதிரடிப் படை முன்னேற முயன்றது. ஆனால், கோட்டைக்குள் இருந்தபடி தற்காப்புத் தாக்குதல்களை நடத்திய ஊமைத் துரையும், அவரது வீரர்களும் கும்பெனிப் படைகள் உள்ளே நுழைய முடியாதபடி தடுத்து பின்வாங்க வைத்தனர். முழுவதும் தகர்த்தெறியப்பட்ட தெற்குப்புற வாசல் வழியே ஆறு பவுண்ட் பீரங்கிகளால் உள்ளே நுழைய முடியவில்லை. ஆயினும், வெற்றிக்கான வாய்ப்பு இருந்ததால் கும்பெனிப் படைகள் தொடர் முயற்சியில் இருந்து பின்வாங்கவில்லை.

பின்வாங்கிய பாளைய வீரர்கள் மீண்டும் ஒன்று திரண்டு வந்து கும்பெனிப்படைகளை கோட்டைக்குள் முன்னேற விடாதபடி தடுத்து நிறுத்தினர். இதனால் கோட்டையின் மேல் இருந்த பாளையவீரர்களை ஆங்கிலேயப் படையினர் சுட்டுத் தள்ளினர். இதனை சாதகமாக்கிக் கொண்டு லெப்டினென்ட் காலிஸ் உடைபட்ட வாயில் வழியாக கோட்டைக்குள் புக முயன்றான். கோட்டைக்குள் இருந்தபடியே வெள்ளையத்தேவன் என்ற வீரன் அவனை ஈட்டியால் குத்திக் கொன்று வெளியில் தூக்கி எறிந்தான்.

ஏறக்குறைய ஏழு மணிநேரம்வரை நடந்த கடும் யுத்தத்தில் லெப்டினென்ட் காலிஸ் உள்ளிட்ட ஏராளமான வீரர்களை இழந்த

பானர்மேன் இனி ஏற்பட இருக்கும் எதிர்ப்பு அத்தனை எளிதாக இருக்காது என நினைத்தான். அது குறித்து சென்னைக்கு எழுதிய கடிதத்தில், 'வெற்றி பெறுவதற்கான வாய்ப்புகள் இருந்தவரை நமது முயற்சிகளும் தொடர்ந்தன. ஆனால் இந்தத் துயரமான நிகழ்வுவரை ஐரோப்பியர்களின் அளவு கடந்த ஆற்றல் மிகத் தீவிரமாக வெளிப்பட்டது' எனக் குறிப்பிட்டிருந்தான்.

காலிஸ் இறந்ததும் தெற்குப்புற வாயிலை தொடர்ந்து தாக்குவதை நிறுத்திய பானர்மேன் அங்கு காவல் முகாமை அமைக்கச் செய்தான். இழந்த கௌரவத்தை மீட்க கூடுதல் படைகளையும், 12 மற்றும் 24 பவுண்ட் பீரங்கிகளையும் பாளையங்கோட்டையிலிருந்து வரவழைக்க செய்தி அனுப்பினான்.

தப்பியோடிய கட்டபொம்மன்

இரண்டு நாட்கள் கழித்து 07.09.1799 அன்று மாலையில் ஐரோப்பிய படைகள் ஆயுதங்களுடன் வந்திறங்கின. பானர்மேன் இன்னொரு தீவிர தாக்குதலுக்குத் திட்டமிட்டான். தொடர் தாக்குதல்களினால் வலுவிழந்திருந்த கோட்டை இனியும் தாக்கப்படுமேயானால் வீழ்வது உறுதி என்ற நிலையில் இருந்தது.

ஆத்தூரில் இருந்து தப்பி வந்த தானாதிபதி சிவசுப்பிரமணிய பிள்ளை தன் மனைவியை ஆங்கிலேயர்கள் சிறைபிடித்துச் சென்றதை அவமானமாகக் கருதி கட்டபொம்மனிடம் புலம்பினார். அவரை கட்டபொம்மன் அமைதிப்படுத்தி ஆற்றுப்படுத்தினான். அந்தக் கவலையோடு இருந்த தானாதிபதி பிள்ளை கும்பெனி படைகளின் கடுமையான தாக்குதல்களைக் கண்டு பின்வாங்க நினைத்தார்.

'வெள்ளையர் சேனைகள் வெள்ளமாய் வருவதால் சிறு படைகளை உடைய நாம் அவற்றோடு எதிர்த்து வெல்ல முடியாது. அதனால் இங்கிருந்து வெளியேறி திருச்சியில் இருக்கும் கும்பெனி அதிபதிகளிடம் சென்று இங்கு நடந்த போர் நிலைமை, எனது மனைவி முதலானவர்களைக் கவர்ந்து சென்றது, இடையில் இருக்கும் அதிகாரிகள் இங்கிருக்கும் பொறாமையாளர்களின் பேச்சைக் கேட்டுக் கொண்டு இடர் செய்வது ஆகியவைகளை விளக்கிக் கூறி இப்போதைய

பிரச்னையில் இருந்து மீண்டு வந்துவிடலாம். முன்னர் இராமநாதபுரம் சண்டையில் ஜாக்சனைத் தண்டித்த கும்பெனி மேலிடம் நமக்கு தந்த வெகுமதிகளையும், மரியாதையையும் நினைவில் கொண்டு என்னுடன் இப்பொழுதே தப்பி வர வேண்டும்' என்றார்.

தானாதிபதியின் பேச்சை ஆரம்பத்தில் ஏற்க மறுத்த கட்டபொம்மன் பின்னர் அவர் முடிவுக்கு இசைந்தான். அம் முடிவில் உடன்பாடில்லாத தடுத்துப் பார்த்த கட்டபொம்மனின் தம்பிகளும் வேறு வழியில்லாமல் அவருடன் புறப்பட்டனர் என்று ஜெகவீரபாண்டியனார் கூறுகிறார்.

கட்டபொம்மனை முன்னிலைப்படுத்தி ஜெகவீரபாண்டியனார் கூறும் இக்கூற்றை முற்றாக தமிழ்வாணன் மறுக்கிறார். 'கட்டபொம்மனுக்கு ஆரம்பம் முதலே போர் செய்வதில் விருப்பமில்லை. கும்பெனிக்கு நல்ல பிள்ளையாக நடந்து கொள்ளமுடியும் என நம்பி அதற்கான முயற்சிகளிலேதான் கவனம் செலுத்தினான். முன்பு ஜாக்சன் விசயத்தில் நடந்ததைப் போல இம்முறையும் தப்பி சென்னை அல்லது திருச்சியில் இருக்கும் கும்பெனி உயர் அதிகாரிகளிடம் சரண் அடைந்து விட்டால் அவர்கள் தன்னை மன்னித்து விடுவார்கள் என கட்டபொம்மன் மனப்பூர்வமாக நம்பினான். அதனாலேயே தப்பிச் செல்ல முடிவெடுத்தான்' என்கிறார்.

தமிழ்வாணனின் இக்கூற்றுக்கு, 'தானாதிபதி பிள்ளை சொல்லியபடியே சென்றால் மேலுள்ள அதிகாரிகள் ஒருவேளை இதமாய் நின்று பகை களைந்து உதவி செய்யவும் கூடும்; அதனால் போராடும் தொல்லை ஒழிந்து ஊரையடைந்து சுகமாயிருக்கலாம் என்று கட்டபொம்மன் எண்ணினார். முன்னம் கும்பெனியாரிடம் போய் பரிசு முதலியன பெற்று மேன்மையாய் வந்த சுவையும் உள்ளே ஊக்கி நின்றது' என்று ஜெகவீர பாண்டியனாரே தன் நூலில் வலு சேர்க்கிறார்.

தானாதிபதி பிள்ளை சொன்னதால் மட்டும் கட்டபொம்மன் தப்பிச் செல்ல முடிவெடுக்கவில்லை. கட்டபொம்மனுக்கும் கும்பெனி உயர் அதிகாரிகளைச் சந்திக்கவேண்டும் என்பதில் உடன்பாடு இருந்தது என்பது தெளிவாகிறது.

‘திருச்சிவரை சென்று கும்பெனி அதிகாரிகளைச் சந்தித்துவிட்டு விரைவில் வந்து விடுகிறேன்’ என கட்டபொம்மன் தனது குடும்பத்தினரிடம் சொல்லிவிட்டு ஒரு தண்டிகை, ஏழு குதிரைகள், ஐம்பது வீரர்கள், தம்பிகள், தானாதிபதி பிள்ளை ஆகியோருடன் கோட்டையைவிட்டு வெளியேற ஆயத்த மானான். பாளையங்கோட்டையில் இருந்து படைகள் வருவதற்காகக் காத்திருந்ததால் இரண்டு நாட்களாக கோட்டை முற்றுகையில் வைக்கப்பட்டிருந்தது. அப்படைகள் அயரும் நேரம்வரைக் காத்திருந்து இரவு பத்தரை மணிக்கு கோட்டையை விட்டு வெளியேறி வடதிசை வழியாக அனைவரும் விரைந்து சென்றனர்.

தேடுதல் வேட்டையைத் துவக்கிய பானர்மேன்

09.09.1799ல் கோட்டை முழுமையாகக் கும்பெனி படைகளின் கட்டுப்பாட்டிற்குள் வந்தது. கட்டபொம்மன் தப்பிய செய்தி பானர்மேனுக்குத் தெரிந்தது. வெளியேறிச் சென்ற வழிகளை ஆராய்ந்தவன் கட்டபொம்மனைக் கைது செய்து கொண்டு வருவதற்கான முயற்சிகளில் இறங்கினான்.

கோட்டையின் தாக்குதலுக்குத் திட்டமிடும்போதே கட்டபொம்மன் தப்பிக்க முயற்சிப்பார் என்ற சந்தேகம் பானர்மேனுக்கு இருந்தது. அது குறித்து அச்சமயத்தில் கும்பெனிக்கு எழுதிய கடிதத்தில், ‘இரவில் கோட்டையைக் காப்பதும், பாளையக்காரனைத் தப்பவிடாமல் காப்பதும் ஒரே சமயத்தில் இயலாது. ஏனெனில் அவன் தப்பிக்க முயற்சிப்பான் என்பது என் நம்பிக்கை’ என்று அனுமானித்திருந்தான். தான் நினைத்தபடியே நடந்திருந்தும் தப்பிக்க விட்டுவிட்டதால் கோபத்தின் உச்சிக்குச் சென்றவன் நான்குபுறமும் படைகளை ஏவினான்.

‘பாஞ்சாலங்குறிச்சி பாளையக்காரராகிய கட்டபொம்மன் இப்பொழுது கோட்டையில் இருந்து வெளியேறியுள்ளமையால் அவருக்கு யாரும் அடைக்கலம் தரக்கூடாது. அப்படித் தருபவர்கள் மீது கடுமையான நடவடிக்கை எடுக்க நேரிடும். மாறாக அவரைப் பிடித்துத் தர உதவுபவர்களுக்கு உயர்ந்த வெகுமதிகளும், பரிசுகளும் வழங்கப்படும். இக்கட்டளைக்கு அனைத்து பாளையங்களும் கட்டுப்படவேண்டும்’ என்ற

எச்சரிக்கைக் கடிதத்தை கலெக்டர் லூசிங்டன் மூலமாக அனைத்துப் பாளையக்காரர்களுக்கும் அனுப்பி வைத்தான்.

கும்பெனியின் ஆதரவு பெற்றிருந்த பாளையங்கள் கட்டபொம்மனைத் தேடும் முயற்சியில் தீவிரம் காட்டின. லெப்டினென்ட் டல்லஸ் தலைமையிலான இரண்டு குதிரைப் படைகளும், கேப்டன் ஓரெய்லி தலைமையிலான குண்டு வீச்சாளர்கள் படையும் தேடுதல் வேட்டைக்குத் தயாராகின.

பானர்மேன் தன்னுடைய படைகளையும் தயார்படுத்தினான். அச்சமயத்தில் எட்டயபுரம் பாளையக்காரர் கட்டபொம்மனைப் பிடிக்கத் தன் படைவீரர்களுடன் செல்வதாகவும், தனக்கு உதவ மேலும் சிப்பாய்களை அனுப்பும்படியும் பானர்மேனுக்கு தகவல் கொடுத்தான். எந்த நிலையிலும் கட்டபொம்மனைத் தப்ப விடக்கூடாது என நினைத்த பானர்மேன் லெப்டினென்ட் டல்லஸ், கேப்டன் ஓரெய்லி தலைமையிலான இரு படைகளையும் உடனடியாக அனுப்பி வைத்தான். எட்டயபுரம் படைகளோடு அப்படைகளும் இணைந்தன.

கோட்டையில் இருந்து வெளியேறிய கட்டபொம்மன் நாகலாபுரம் பாளையத்தை வந்தடைந்தான். அவ்வூர் ஜமீன்தாரான இரவப்ப நாயக்கர் அவனை வரவேற்று உபசரித்தார். அங்கிருந்து வெளியேறிய கட்டபொம்மன் கோலார்பட்டி பாளையத்திற்கு வந்து சேர்ந்தான். நாலாபுறமும் தேடிவந்த கும்பெனிப் படைகள் கோலார்பட்டி கோட்டைப் பகுதியில் கட்ட பொம்மனையும் அவனுடைய படைகளையும் எதிர்கொண்டது.

கடும் போரில் இரு தரப்பிலும் தலைகளின் எண்ணிக்கை குறைந்தது. தோற்றோடிய பாளையப் படைகள் தரப்பில் பலி எண்ணிக்கை கடுமையாக இருந்தது. கட்டபொம்மன் ஆறு நபர்களுடன் மட்டும் குதிரையேறி அங்கிருந்து தப்பினான். தானாபதிபிள்ளை, அவர் உடன் பிறந்தவர்கள் உள்ளிட்ட முப்பத்தி நான்கு பேரை கும்பெனிப் படைகள் கைது செய்தது.

தானாதிபதி பிள்ளை கைது செய்யப்பட்ட செய்தி அறிந்ததும் பானர்மேன் மிகுந்த சந்தோசமடைந்தான். கட்டபொம்மன் எதிரியாக மாறியதற்கு தானாதிபதி பிள்ளைதான் முக்கியக் காரணம் என கும்பெனி நம்பியது. அவர் கைது செய்யப்பட்ட

தகவலை கும்பெனிக்கு தெரிவித்த கடிதத்தில் தானாதிபதியின் செல்வாக்கும், அரசுக்கு எதிராக எதையும் செய்யும் அளவுக்கு செல்வ வளமும் கொண்டிருப்பதால் அவரை கைது செய்த செயலை பானர்மேன் சிறப்பாகக் குறிப்பிட்டிருந்தான்.

தானாதிபதி பிள்ளையினாலேயே இப்போர் மூண்டதாகவும், அவருடைய நடவடிக்கைகளே அதற்கு மூலம் என்று ஜெகவீரபாண்டியனார் குறிப்பிடுகிறார். இதில் உண்மை இல்லாமலும் இல்லை. ஏனெனில், தானியக்கிடங்கின் அதிகாரி பிற்கட்டிடமோ அல்லது கட்டபொம்மனின் மாமனார் கெடிவெட்டூர் நாயக்கர் சொன்னபடி பானர்மேனின் தூதுவர்களிடமோ தானாதிபதி பிள்ளையை ஒப்படைத்திருந்தால் கட்டபொம்மனுக்கு இந்த நிலை வந்திருக்க வாய்ப்பில்லை.

தானாதிபதி பிள்ளையை கட்டபொம்மன் கும்பெனியிடம் ஒப்படைக்காததற்கு, 'தன்னை நம்பியவர்களைக் கை விடுதல் அழகல்ல என்று நட்புக்கு அடையாளமாய் நின்றதன் வெளிப்பாடு' என கட்டபொம்மனின் நிலைப்பாட்டிற்கு நட்புக் குரலை சில நூலாசிரியர்கள் முன் வைக்கின்றனர். வேறு சில நூலாசிரியர்களோ, 'தானாதிபதி பிள்ளையைக் கும்பெனியிடம் ஒப்படைத்தால் அவர் தானியக்கிடங்கு கொள்ளை விஷயத்தில் தன்னைக் காட்டிக் கொடுத்து விடுவாரோ என்ற பயத்தாலேயே கட்டபொம்மன் அவரை ஒப்படைக்க மறுத்தார்' எனக் கூறியுள்ளனர்.

கோலார்பட்டியில் கைது செய்யப்பட்டவர்கள் பானர்மேன் முன் ஆஜர்படுத்தப்பட்டனர். 13.09.1799ல் தன் முன் நிறுத்தப்பட்ட தானாதிபதி பிள்ளையை எந்த விசாரணையும் செய்யாமல் சில குற்றச்சாட்டுகளை மட்டும் அவர்மீது கூறி தூக்குத் தண்டனை விதித்தான். நாகலாபுரத்தின் பொதுத் திடலில் அந்தத் தண்டனையை நிறைவேற்றி அவரின் தலையை பாஞ்சாலங் குறிச்சிக்கு எடுத்துச் சென்று ஈட்டி முனையில் குத்தி நட்டு வைக்குமாறு கட்டளையிட்டான்.

இராமநாதபுரம் கிளர்ச்சியில் முக்கிய பங்கு வகித்த நாகலாபுரம் பாளையக்காரரின் தம்பியான சௌந்திரபாண்டிய நாயக்கரும் 12.09.1799ல் கைது செய்யப்பட்டார். அவரை தளபதி சர்ஜன் தலைமையிலான படைகளின் பாதுகாப்போடு இராமநாத

புரத்தின் எல்லையான கோபாலபுரம் கிராமத்திற்கு அனுப்பி வைத்தான். 13.09.1799 அன்று அவருக்கும் தூக்குத் தண்டனை நிறைவேற்றப்பட்டது.

இதன் மூலம் அரசுக்கு எதிராகத் தலைதூக்கிய முக்கியமான இருவருக்கு ஏற்பட்ட கதியை மற்றவர்களுக்கும் தெரிய வைத்திருப்பதாக பானர்மேன் நினைத்தான். இதன்மூலம் பகையொழித்து நட்போடு கும்பெனியின் சொல்லுக்கும், செயலுக்கும் கட்டுப்பட்டு நடக்கவேண்டும் என்ற எச்சரிக்கையை அனைத்து பாளையக்காரர்களுக்கும் மறை முகமாக உணர்த்தினான்.

கைது செய்யப்பட்ட மற்றவர்களில் சிலர் நாடு கடத்தப்பட்டனர். பலர் சென்னைக்குக் கொண்டு செல்லப்பட்டு சிறையில் அடைக்கப்பட்டனர். நாகலாபுரம், கோலார்பட்டி, ஏழாயிரம் பண்ணை, காடல்குடி, குளத்தூர் உள்ளிட்ட கட்டபொம்மனுக்கு ஆதரவாக நின்ற பாளையங்கள் அனைத்தும் கும்பெனியின் நேரடி கட்டுப்பாட்டிற்குள் கொண்டுவரப்பட்டன.

திருக்களம்பூரில் சிக்கிய கட்டபொம்மன்

கும்பெனிப் படைகளிடம் சிக்கியவர்கள் போக எஞ்சியவர்கள் தப்பி தங்கள் பயணத்தைத் தொடர்ந்தனர். தளபதிகளான டல்லசும், போயனும் அவர்களைப் பின் தொடர்ந்து வந்தனர். கட்டபொம்மனின் பட்டத்துக் குதிரை பாதியிலேயே இறந்து போனதாலும், மற்ற குதிரைகள் பயணத்திற்கேற்ற வேகமில்லாது போனதாலும் அனைவரும் நடக்க ஆரம்பித்தனர். சிவகங்கையின் வட மேற்கு எல்லையில் கள்ளர்கள் அதிகம் தங்கி வாழும் ஆனியூர் கிராமத்தை வந்தடைந்தனர்.

அங்கு தங்கியிருந்த கட்டபொம்மனுக்கு தானாதிபதி பிள்ளை தூக்கிலிடப்பட்ட செய்தியும், பாஞ்சாலங்குறிச்சி வீழ்ந்த செய்தியும் தெரிய வந்தது. இனியும் தாமதிக்கக் கூடாது என நினைத்த கட்டபொம்மனும், அவனுடன் வந்தவர்களும் புதுக்கோட்டை வழியாக திருச்சிக்குச் செல்ல திட்டமிட்டனர். சோளபுரம் என்னும் ஊரில் இருந்த மடத்தில் தங்கியிருந்துவிட்டு அங்கிருந்து புறப்பட்டு புதுக்கோட்டைச் சீமையில் உள்ள திருக்களம்பூரின் அடர்ந்த காட்டுப் பகுதியில் பதுங்கினர்.

எட்டயபுரம் பாளையக்காரரின் விசுவாசத்திற்கு தங்களுடைய விசுவாசமும் எந்தவகையிலும் குறைந்தது இல்லை என்ற மனநிலையோடு கும்பெனியின் எச்சரிக்கைக்குக் கட்டுப்பட்டு பலரும் கட்டபொம்மனைத் தேடிக்கொண்டிருந்தனர். இராமநாதபுரம், சிவகங்கை, மதுரை பகுதிகளில் இருந்த பாளையக்காரர்களுக்கு 'கட்டபொம்மனுக்கு எந்தவகையிலும் உதவி செய்யக்கூடாது. மீறும் பட்சத்தில் அது கடும் தண்டனைக்கான குற்றமாகக் கருதப்படும்' என எச்சரிக்கை விடுக்கப்பட்டது.

கட்டபொம்மன் இறுதியாக திருச்சிக்குத்தான் செல்லக்கூடும் என்பதால் அங்கு போக சாத்தியமான பகுதிகளில் தீவிர தேடுதல் வேட்டைகள் நடத்தப்பட்டன. கும்பெனி படைகளோடு கும்பெனியின் சொல்லுக்குக் கட்டுப்பட்டு நின்ற பாளையப் படைகளும் களமிறங்கி காடுகளில் நுழைந்து சல்லடை போட்டுத் தேட ஆரம்பித்தன.

கட்டபொம்மன் புதுக்கோட்டை வழியாக திருச்சிக்குச் செல்லக்கூடும் என முன்னரே கணித்திருந்ததால் கலெக்டர் லூசிங்டன் 08.09.1799ல் புதுக்கோட்டை அரசர் விஜயரகுநாத தொண்டைமானுக்கு எழுதிய கடிதத்தில், 'கட்டபொம்ம நாயக்கன் பாஞ்சாலங்குறிச்சியில் இருந்து தப்பி புதுக்கோட்டை எல்லைக்குள் நுழைந்திருக்கிறார். வேறு எங்கும் அவர் தப்பிவிடாமல் உடனே கைது செய்யவேண்டியது அவசியம் என்பதால் அதற்கான முயற்சியில் உடனே ஈடுபட வேண்டும். இந்த பணியை முடித்துக்கொடுக்கும் பட்சத்தில் உம்மைப்பற்றி கவர்னருக்கு பாராட்டு தெரிவிப்பேன். இச்சந்தர்ப்பத்தை சரியாகப் பயன்படுத்துவதன் மூலம் கும்பெனியின் விசுவாசத்தைப் பெற முடியும்' எனக் குறிப்பிட்டிருந்தான்.

16.09.1799ல் தொண்டைமான் எழுதிய பதில் கடிதத்தில், 'தங்களின் கடிதம் கிடைக்கப்பெற்றேன். ஆரம்பகாலம் முதலே கும்பெனிக்கு விசுவாசமாக இருந்து வந்திருக்கிறேன். திப்பு சுல்தானுக்கு எதிரான போரில் கர்னல் பிரௌனுக்கு உதவியாக 2000 போர்வீரர்களையும், உணவிற்காக 5000 ஆடுகளையும் நம்பத்தகுந்த தலைவர்களுடன் ஸ்ரீரங்கப்பட்டிணத்திற்கு அனுப்பி வைத்தேன். அவர்கள் காட்டிய விசுவாசம் குறித்து தாங்கள் அறிந்திருப்பீர்கள் என நம்புகிறேன். தங்கள் கடிதம்

கிடைத்ததுமே படைகளை நாலாபுறமும் அனுப்பி வைத்திருக்கிறேன். விழிப்புடன் கண்காணித்து வருகிறார்கள். எல்லைப் பகுதிக்குள் அவர்கள் நுழைந்தால் நிச்சயம் கைது செய்வேன்' என குறிப்பிட்டிருந்தான். அக்கடிதம் 19.09.1799ல் லூசிங்டனுக்குக் கிடைத்தது.

சிக்கவைக்கப்பட்டாரா? சிக்கினாரா?

கட்டபொம்மன் சிக்கவைக்கப்பட்டாரா? அல்லது சிக்கினாரா? என்பதில் இரு வேறு கருத்துகள் நிலவுகின்றன. சில நூல்களில் 'நடந்தவைகளை அறிந்திராத கட்டபொம்மன் சோளபுரத்தில் இருந்து கிளம்பி விஜயரகுநாத தொண்டைமானைச் சந்தித்து விட்டு அங்கிருந்து திருச்சிக்குச் செல்லத் திட்டமிட்டான். இந்தச் செய்தி தொண்டைமானுக்குத் தெரியவந்ததும் தன் வீரர்கள் மூவரை அங்கு அனுப்பி எதுவும் அறியாதவர்போல கட்டபொம்மனுக்கு ஆதரவாகப் பேசி அவனையும், அவனுடன் இருந்த ஆறு பேரையும் அரண்மனைக்கு அழைத்து வந்து தங்கச் செய்தான். விருந்து உபசாரம், உப்பரிகை உறக்கம் என கட்டபொம்மனை இருக்கச் செய்த கையோடு கும்பெனிக்கும் தகவல் அனுப்பினான்.

'29.9.1799ல் லூசிங்டனுக்கு அந்தத் தகவல் கிடைத்தது. கட்டபொம்மனைத் தேடி அலைந்து கொண்டிருந்த படைகளோடு புதிய படைப்பிரிவு ஒன்றையும் ஒருங்கிணைத்து புதுக்கோட்டைக்குத் திருப்பினான். 01.10.1799ல் அப்படைகள் புதுக்கோட்டைக்குள் புகுந்து நகரைச் சுற்றி வளைத்தன. அரண்மனைக்குள் புகுந்த படைகளின் சப்தம் கேட்டு விழித்த ஊமைத்துரை எதிர்தாக்குதலை ஆரம்பிக்க கட்டபொம்மன் அவனைத் தடுத்ததோடு நிராயுதபாணியாக சரணடைந்தான்' என கட்டபொம்மன் கும்பெனிப் படைகளிடம் திட்டமிட்டு தொண்டைமானால் சிக்கவைக்கப்பட்டான் எனக் குறிப்பிடப்பட்டுள்ளன.

வேறுசில நூல்களில், 'கட்டபொம்மனும் அவனுடன் இருந்தவர்களும் சோளபுரத்தில் இருந்து கிளம்பி சிவகங்கைத் தாலுகாவில் உள்ள கலியாப்பூர் என்ற ஊருக்கு வந்தனர். அவ்வூர் புதுக்கோட்டை தொண்டைமானின் ஆட்சிப் பகுதியில் இருக்கும் திருக்களம்பூருக்கு மேற்கே அமைந்துள்ளது. முத்துவைரவன்

அம்பலம் என்பவர் அவ்வூரின் அம்பலக்காரராக இருந்தார். தன்னுடைய பகுதிகளில் வெளியாட்கள் நடமாட்டம் இருப்பதாக அவருக்குத் தகவல் கிடைத்தது. அச்சமயத்தில் கட்டபொம்மனைத் தேடிவந்த படைகளும் திருக்களம்பூர் பகுதிக்குள் நுழைய வெளியாட்களாக நுழைந்திருப்பவர்கள் கட்டபொம்மனும் அவனுடைய ஆட்களுமாகத்தான் இருக்கக் கூடும் என அவர் நினைத்தார். உடனே தன் படையைத் திரட்டி கலியாப்பூர் காட்டிற்குள் நுழைந்து நாலாபுறமும் சுற்றி வளைத்துக்கொண்டார். கட்டபொம்மனையும், ஊமைத்துரை உள்ளிட்ட மற்ற ஆறுபேரையும் அவருடைய படையினர் கைது செய்தனர்' எனக் குறிப்பு உள்ளது.

இதற்கு ஆதாரமாக கட்டபொம்மனைக் கைது செய்த பின் 24.09.1799ல் தொண்டைமான் கலெக்டர் லூசிங்டனுக்கு எழுதிய அக்கடிதத்தில், 'மலைகளிலும், குன்றுகளிலும், நாலா புறங்களிலும் என்னுடைய படையினரை பகைவர்கள் மறைந்திருக்கும் இடத்தைக் கண்டுபிடிக்க நிறுத்தி வைத்திருந்தேன். பாஞ்சாலங்குறிச்சி பாளையக்காரரும் அவருடன் வந்த மற்றவர்களும் கலியாப்பூர் காட்டில் பதுங்கி இருக்கும் தகவல் தெரிந்ததும் படைகளை விரைந்து அனுப்பினேன். தக்க முன்னேற்பாடுகளுடன் சென்ற படையினர் அவர்களைக் கைது செய்தனர்' என்று குறிப்பிட்டிருந்த குறிப்பு முன்வைக்கப்படுகிறது.

தவிர, பானர்மேன் கலெக்டர் லூசிங்டனுக்கு எழுதிய கடிதத்தில், 'கட்டபொம்மனைக் கைது செய்தபோது தன்னைத்தானே மாய்த்துக் கொள்ள முயன்றான். ஆனால், அப்படி நிகழ்ந்து விடாதபடி கட்டபொம்மனின் கைகளைக் கட்டிய வீரர்கள் அவரைக் கைது செய்தனர். அவரைக் கைது செய்து பாதுகாப்பாக வைத்திருப்பது என்பது ஒருநாள் கூட இயலாத காரியம்' என்று எழுதி இருந்த குறிப்பும் கட்டபொம்மன் சிக்கினார் என்பதற்கு வலுவான சான்றாகிறது.

கைது செய்யப்பட்ட கட்டபொம்மனை அவனைத் தேடிவந்த படைகளிடமே முத்து வைரவன் அம்பலம் ஒப்படைத்தார். அதன் பிறகு அந்த தகவல் தொண்டைமானுக்குத் தெரிந்து அது லூசிங்டனுக்குத் தெரிவிக்கப்பட்டது என்ற குறிப்புகளும் வாசிக்கக் கிடைக்கிறது.

‘மருதுபாண்டியர்கள்’ நூலின் ஆசிரியர் மீ.மனோகரன், ‘தன்னிடம் அடைக்கலம் புகுந்த கட்டபொம்மனை வெள்ளைக்காரர்கள் கண்ணில் மண்ணைத் தூவுவதற்காகவே மருது பாண்டியர் புதுக்கோட்டை அரசனின் காட்டிற்குள் ஒளிய வைத்தனர்’ என்று குறிப்பிட்டுள்ளார். புதுக்கோட்டை, கும்பெனிக்கு விசுவாசமான பாளையங்களுள் ஒன்றாக இருந்ததால் அவர்கள் சந்தேகப்பட வாய்ப்பிருக்காது என மருதுபாண்டியர்கள் நினைத்திருக்கலாம்!

‘கட்டபொம்ம நாயக்கனுக்குச் சிவகங்கைத் தலைவராகிய மருதுவின் இரக்கமும், உதவியும் துணைபுரிந்தன’ என்று கூறும் கால்டுவெல், ‘கோலார்பட்டி கலவரத்தில் எட்டையபுரம் பாளைய படைகளுக்கும், கட்டபொம்மனின் வீரர்களுக்கும் இடையே நிகழ்ந்த சண்டையில் இருதரப்பிற்கும் இழப்பு நேர்ந்தது. அங்கிருந்து தப்பித்து முதலில் சிவகங்கைக்கும், பின் தொண்டைமான் ராஜாவிடமும் அடைக்கலமாய் புகுந்தான்’ என்று குறிப்பிடுகிறார். இவ்விருவரின் கூற்றும் தவறானது.

ஆரம்பகாலம் முதலே புதுக்கோட்டைத் தொண்டைமான் கும்பெனிக்கு விசுவாசமானவனாக இருந்து வருவதையும், 1795ல் ஜெனரல் வெல்ஷோடு சின்ன மருது கொண்டிருந்த நட்பையும் கட்டபொம்மன் நன்கு அறிவான். அதனால் அவ்விருவரிடமும் கட்டபொம்மன் அடைக்கலமாய் சென்றிருக்க வாய்ப்பே இல்லை. திருச்சிக்குச் செல்லும் வழியில் பதுங்கி இருக்கும் நோக்கத்துடன் மட்டுமே புதுக்கோட்டை பகுதி காட்டிற்குள் புகுந்தான்’ என கவிஞர் நந்திவர்மன் ஜீவன் தன் ‘முதல் விடுதலைப் போர்’ நூலில் கூறுகிறார்.

இது ஒருபுறமிருக்க, காட்டிக் கொடுத்தாரா தொண்டைமான்? என்ற கேள்வியோடு விவாதங்களும் நிகழ்ந்து கொண்டுதான் இருக்கின்றன. கிடைத்திருக்கும் ஆதாரங்கள், சான்றுகள்படி புதுக்கோட்டை தொண்டைமான் ஆட்சிப் பகுதியில் வைத்து அவரின் படைகளால் கட்டபொம்மன் கைது செய்யப்பட்டு கும்பெனி படைகளிடம் ஒப்படைக்கப்பட்டார் என்பது தெளிவாகிறது.

புதுக்கோட்டை தொண்டைமான் கட்டபொம்மனை காட்டிக் கொடுத்தான். அவன் நினைத்திருந்தால் கட்டபொம்மனை தப்ப

விட்டிருக்க முடியும் என்பதை ஏற்கும் ஆய்வாளர்களோடு இதை முற்றாக மறுத்து நிற்பவர்களும் அதற்கான அனுமானங்களை முன் வைக்கவே செய்கின்றனர்.

சிக்கவைக்கப்பட்டாரா? சிக்கினாரா? என்ற விவாதத்திற்கு வழிவகுத்த கேள்விக்கான முடிவு கட்டபொம்மனின் மரண சாசனத்திற்கான முதல்வரியானது.

7

கண் துடைப்பு விசாரணையும், தீர்ப்பும்...

'கும்பெனிக்கு எதிராக கலகம் விளைவிக்கும் பாளையக் காரர்களுக்கு மரண தண்டனை விதித்திட எனக்கு அளிக்கப் பட்டுள்ள அதிகாரத்தை நிறைவேற்றுவதற்காக கட்டபொம்மனை மதுரையில் இருந்து கயத்தாறு கொண்டு வர எனது ராணுவத்தின் ஒரு பிரிவை அங்கு அனுப்பி வைத்திருக்கிறேன். அரசுக்கு எதிராகக் கலகம் விளைவித்தவர் என்ற முறையில் அவர் மீது கடும் நடவடிக்கை எடுக்க வேண்டியது எனது கடமை' என்ற கோரிக்கையுடன் அரசு செயலாளர் ஜோசய்யா வெஃப்க்கு 29.09.1799ல் பானர்மேன் கடிதம் எழுதினான்.

அக்கோரிக்கையின்படி 05.10.1799ல் கட்டபொம்மன் மதுரையில் இருந்து கயத்தாறுக்கு விசாரணைக்காகக் கொண்டுவரப் பட்டான். இவ்விசாரணையில் திருநெல்வேலிசீமைப் பாளையக்காரர்கள் அனைவரும் கலந்துகொள்ளவேண்டும் என்ற உத்தரவு பிறப்பிக்கப்பட்டது. 16.10.1799ல் நடந்த விசாரணை மன்றத்தில் அனைவரும் குழுமியிருந்தனர்.

குதிரைப்படையும், காலாட்படையும் அணிவகுத்து நிற்க தளபதிகள் சூழ அமர்ந்திருந்த பானர்மேன் விசாரணையைத் துவக்கினான். விசாரணை மன்றத்தில் பானர்மேனோடு பிற்கட்டு, பிரௌளன், ராபர்ட் ட்யூரிங், ஜார்ஜ் ஹ்யூஸ் உள்ளிட்ட கும்பெனியின் முக்கிய பிரமுகர்களும் அமர்ந்திருந்தனர்.

முதல் சாட்சியாக துபாஷி இராமலிங்க முதலி அழைக்கப் பட்டார். தான் கோட்டைக்குள் சென்றதையும், கட்டபொம்மனைச் சரணடையச் சொன்னதையும், அதற்கு அவன் மறுத்ததையும் வாக்குமூலமாகப் பதிவு செய்தார். அவரைத் தொடர்ந்து ஹவில்தார் இப்ராகிம் கான், ஹரிகார் சாமி ஐயர், கட்டபொம்மனின் மாமனார் கெடி வெட்டூர் நாயக்கர் சாட்சியம் அளித்தனர்.

சாட்சிகளின் விசாரணை முடிந்ததும் கட்டபொம்மன் மீது -

- கும்பெனிக்கு கிஸ்தி (வரி) தரவில்லை.
- கலெக்டர் லூசிங்டனின் உத்தரவுப்படி அவரைச் சென்று சந்திக்கவில்லை. பலமுறை அவர் அழைப்பு அனுப்பியும் அந்த உத்தரவை மதிக்கவில்லை.
- கும்பெனியின் பாதுகாப்பில் இருந்த ஸ்ரீவைகுண்டம் உணவுக் கிடங்கை கொள்ளையடித்த தானாதிபதி பிள்ளையை அரசாங்கத் திடம் ஒப்படைக்க மறுத்ததோடு அவரைப் பாதுகாத்தான்.
- சிவகிரி பாளையத்தைத் தாக்கி அப்பாளையக்காரரை மிரட்டியதோடு மக்களையும் கொடுமைப்படுத்தினான்.
- அரசுக்கு எதிராக புரட்சி அமைப்பை உருவாக்க முயன்றான். அதற்காக ஆட்களைத் திரட்டி குழுக்களை ஒருங்கிணைத்தான்.
- ஆங்கிலேய ராணுவ அதிகாரிகளைக் கொன்றான்.

எனக் குற்றச்சாட்டுகளை வாசித்த பானர்மேன் இதற்குப் பதில் தரும்படி கட்டபொம்மனிடம் கேட்டான். தன் மீதான குற்றச்சாட்டுகளுக்கு கட்டபொம்மன் விரிவான விளக்கம் கொடுத்தான்.

- இதுவரை யாருக்கும் நாங்கள் கிஸ்தி செலுத்தியதில்லை. ஆதலால் திடீரென்று இன்று வந்து வரி தா எனக் கேட்கும் போது தர முடியாது என மறுத்தேன்.

* என்னிடம் வந்தவரை வரவேற்று உபசரிப்பது என் வழக்கம். என்னைச் சந்திக்க வந்த கும்பெனி அதிகாரிகளை மிகுந்த மரியாதையுடன் நடத்தி உபசரித்திருக்கிறேன். அவர்களைக் கேட்டாலே இது தெரியும். வலிந்து யாரையும் சென்று சந்திக்கும் பழக்கம் எனக்கில்லை. கலெக்டரைக் காத்திருந்து சந்திப்பதற்கு நான் அவரின் பணியாள் அல்ல.

* ஸ்ரீவைகுண்டம் தானியக்கிடங்கை தானாதிபதி பிள்ளை கொள்ளையிட்டது தவறான செயல் என்பதை ஒப்புக் கொள்கிறேன். அதற்காக அவர் என்னிடம் மன்னிப்புக் கேட்டுக் கொண்டார். தன் செயலுக்காக கும்பெனியால் தண்டிக்கப்படலாம் என நினைத்த அவர் என்னிடம் பாதுகாப்புக் கேட்டார். என்னை நாடி வந்தவர்களை காட்டிக் கொடுக்க என்னால் இயலாது. தவிர, தானியக்கிடங்கு கொள்ளை சம்பந்தமாக ஏற்பட்ட இழப்பீட்டிற்காக 4000 ரூபாய் தர சம்மதித்தேன். ஆனால், கும்பெனியார் ஏற்கவில்லை.

* சிவகிரி உள்ளிட்ட சில பாளையக்காரர்கள் குடிகளைத் துன்புறுத்துவதாக குடிமக்கள் என்னிடம் முறையிட்டார்கள். அவர்களுக்கு உதவும் நோக்கில் என் படைகளை அங்கு அனுப்பி வைத்தேன். அதுதவிர, பாளைய விவகாரங்களில் நான் தலையிட்டதற்கு வேறு எந்த நோக்கமும் இல்லை.

* என் பாளையத்தை நீங்கள்தான் சுற்றி வளைத்து பீரங்கிகளால் சுட ஆரம்பித்தீர்கள். மானம் மிகக் கொண்ட என் போன்ற வீரன் அது கண்டு எப்படி சும்மாயிருப்பான்? அதனாலேயே எதிர் கொண்டு தாக்குதல்கள் நடத்தப்பட்டன. நெருக்கடியான சூழலில் கும்பெனி உயர் அதிகாரிகளைச் சந்திக்க திருச்சிக்குச் சென்றிருந்த சமயத்தில் என் மீது வஞ்சகக் குற்றச்சாட்டுகளைக் கூறி எனக்கு எதிரான பாளையக்காரர்களை ஒன்று திரட்டி என்னைப் பிடித்துவர ஏற்பாடு செய்தீர்கள். கோட்டை வீழ்ந்ததும் உள்ளே நுழைந்து கிடைத்த அத்தனை பொருள்களையும் கொள்ளையிட்டீர்கள். அதற்கு நீங்களே தலைமை ஏற்றியிருந்தீர்கள். அப்படிப்பட்ட நீங்கள் இன்று என்மீது குற்றம் சாட்டுபவராக இருக்கிறீர்கள். அதனால் இதில் வாதாட ஏதுமில்லை. என் குற்றங்களை நான் ஏற்றுக் கொள்கிறேன் என்றான்.

துபாஷி இராமலிங்க முதலியாரால் மொழி பெயர்த்துச் சொல்லப்பட்ட கட்டபொம்மனின் இந்த விளக்கங்களுக்கு

எந்தப் பலனுமில்லை. முன்பே முடிவு செய்யப்பட்ட தீர்ப்பை நிறைவேற்ற கண்துடைப்புக்காக நடைபெற்ற விசாரணையில் என்ன பயனை எதிர்பார்த்துவிட முடியும்?

வேறு ஏதேனும் சொல்ல விரும்புகிறீர்களா? என பானர்மேன் கட்டபொம்மனிடம் கேட்டான். கட்டபொம்மனின் பதிலாக 'மௌனம்' மட்டும் இருந்தது. இதுபற்றி பானர்மேன் எழுதியிருந்த குறிப்பில் 'ஏதாவது சொல்லவேண்டியது உண்டா?' என்று கேட்டேன். அதற்கு ஏதுமில்லை என அளவு கடந்த அலட்சியத்தோடு பதில் சொன்னான்' என்று எழுதி இருப்பது குறிப்பிடத்தக்கது. நீண்ட, நெடிய விசாரணைக்குப் பின் கட்டபொம்மன் மீதான குற்றச்சாட்டுகளுக்கான தீர்ப்பு வாசிக்கப்பட்டது.

உயிர் பறித்த தீர்ப்பு

விசாரணையின் முடிவில் கட்டபொம்மனுக்கு தூக்கு மூலம் மரண தண்டனையை நிறைவேற்றவேண்டும் என்றும், அதை அன்றே நிறைவேற்றவேண்டும் எனவும் தீர்ப்பு வழங்கப் பட்டது. கட்டபொம்மன் தூக்கிற்காகத் தேர்ந்தெடுக்கப் பட்டிருந்த கட்டைப் புளிய மரத்தை நோக்கி அழைத்துச் செல்லப்பட்டான். பொதுமக்களும், ஆங்கிலேய சிப்பாய்களும், இதர பாளைய வீரர்களும் சூழ்ந்திருக்க கட்டபொம்மன் புளியமரத்தில் தொங்கிக்கொண்டிருந்த கயிற்றை நோக்கிச் சென்றான்.

'விசாரணையின்போது கட்டபொம்மன் பயமற்றவனாக நின்றிருந்தான். தன்னைப் பிடிக்க பிரத்யேக முயற்சிகள் செய்த எட்டயபுரம் பாளையக்காரரையும், சிவகிரி பாளையக்காரரையும் அடிக்கடி குரூரமாகப் பார்த்தபடியே இருந்தான். தூக்கு மேடைக்கு அழைத்துச் செல்லும்போது ஏனைய பாளையக் காரர்களை வெறுப்புடன் பார்த்தபடியே நடந்து சென்றதைக் கண்டேன்.

'தூக்குத் தண்டனையை நிறைவேற்ற தேர்வு செய்யப்பட்ட மரத்திற்கு அருகே அழைத்து வரப்பட்டபோது தன் தம்பி ஊமைத்துரை குறித்தும், தான் இப்படி தூக்கில் தொங்குவதற்குப் பதில் கோட்டையைக் காக்கும் போரில் இறந்திருக்கலாம் எனவும் வருத்தப்பட்டதாக அவருக்கு நெருக்கமாக

இருந்தவர்கள் தெரிவித்ததாகவும்' குறிப்பிட்டிருந்தான். விசாரணையின் விபரங்கள் குறித்து 17.10.1799ல் அரசாங்கத்திற்கு பானர்மேன் கடிதம் எழுதினான்.

'சீண்டிக்கொண்டே இருந்தால் பூனைகூட புலியாகி விடும்' என்றொரு சொல் வழக்கு உண்டு. அதற்கேற்றாற்போல கட்டபொம்மனை வரிவசூல் என்ற பெயரில் தொடர்ந்து மிரட்டியும், எச்சரித்தும் தங்களுக்கு எதிராக திரும்ப வைத்த கும்பெனி ஒருவழியாக அவனுக்கான இறுதி முடிவை எழுதி முடித்தது. 39 வயதே நிரம்பிய கட்டபொம்மனுக்கு 1799 அக்டோபர் 16ல் தூக்குத் தண்டனையை நிறைவேற்றியதன் மூலம் திருநெல்வேலி சீமையில் பூலித்தேவருக்கு பின் தங்களுக்கு எதிராக ஒலித்த குரலை ஆங்கிலேயர்கள் அடக்கினர்.

கட்டபொம்மனோடு கைது செய்யப்பட்ட நாகலாபுரம், ஏழாயிரம் பண்ணை பாளையக்காரர்கள் லெப்டினென்ட் டங்னரின் பொறுப்பில் விடப்பட்டனர். அவர்கள் சென்னைக்குக் கொண்டு செல்லப்பட்டனர். கல்லார்பட்டி, குளத்தூர் பாளையக்காரர்கள் கலெக்டர் லூசிங்டனிடம் ஒப்படைக்கப்பட்டு இராமநாத புரத்திற்குக் கொண்டு செல்லப்பட்டனர். தூத்துக்குடி டேவிசனிடம் சரணடைந்தவர்களை அவன் கும்பெனியிடம் ஒப்படைத்தான். ஊமைத்துரையும், ஏனையவர்களும் பாளையங் கோட்டைச் சிறையில் முடக்கப்பட்டனர். சிலர் நாடுகடத்தப்பட்டனர்.

அடக்கப்பட்ட வீரமும், மறுக்கப்பட்ட உரிமைகளும்

கட்டபொம்மனுக்கு வழங்கிய தீர்ப்பின் மூலம் இதரப் பாளையக்காரர்களுக்கு மறைமுக எச்சரிக்கை விடுக்கப்பட்டது. விசாரணை நாளில் அனைத்துப் பாளையக்காரர்களையும் ஓரிடத்தில் கூட வைத்ததற்கும் அதுவே முக்கிய காரணமாகவும் இருந்தது. அதேநேரம், அரசுக்கு ஆதரவாகச் செயல்பட்டால் பரிசுகளும், உதவிகளும் உங்களைத் தேடிவரும் என்பதையும் கும்பெனி உணர்த்தத் தவறவில்லை,

தத்தம் செயல்களுக்கான பரிசாக ஆங்கிலேயர்களிடமிருந்து புதுக்கோட்டை அரசர் விஜயரகுநாத தொண்டைமான் வரி தள்ளுபடியும், தனது ஆட்சிப்பகுதியைச் சுதந்திரமாக ஆட்சி செய்யும் உரிமையையும் பெற்றார். வரலாற்றாசிரியர் கே. ராஜய்யன் தொண்டைமானுக்கு கவர்னர் கிளைவ் ஒரு

குதிரையையும், ஓர் அலங்கரிக்கப்பட்ட மேல் அங்கியையும் கொடுத்ததாக தன் நூலில் குறிப்பிடுகிறார். எட்டயபுரம் நாயக்கர் பாஞ்சாலங்குறிச்சிப் பாளையத்தின் வடபகுதியில் இருக்கும் 79 கிராமங்களின் ஆட்சிப் பொறுப்பையும், சிவஞானபுரம் என்ற கிராமத்தையும் இனாமாகப் பெற்றார். மணியாச்சி பாளையக் காரர் 25 கிராமங்களைப் பெற்றார். மயில் மந்தை பாளையக் காரருக்கு பாஞ்சாலங்குறிச்சி, குளத்தூர் பாளையப் பகுதிகள் வழங்கப்பட்டன.

பாளையக்காரர்களை ஒடுக்கி அவர்களின் துணை நிர்வாக அமைப்புகளை ஒழிக்கவேண்டும் என்ற இங்கிலாந்து நிர்வாகக் குழுவின் முடிவை செயல்படுத்துவதற்கான முயற்சிகளில் கும்பெனி தீவிரம் காட்டியது. சிவகிரிக்கு எதிராகப் போர் தொடுத்தது, அரசுக்கு எதிராகக் கலகம் செய்தது, கலெக்டரின் உத்தரவை மதிக்காதது, வரிகட்ட மறுத்தது, மக்களைத் துன்புறுத்தியது ஆகிய செயல்களில் பாஞ்சாலங்குறிச்சி பாளையக்காரரோடு சேர்ந்து ஏழாயிரம் பண்ணை, நாகலாபுரம், கோலார்பட்டி, கடலங்குடி, குளத்தூர் பாளையங்கள் ஒரு முகமாகச் செயல்பட்டதாகக் கூறி அப்பாளையங்களை கும்பெனி தனது நேரடி கட்டுப்பாட்டிற்குள் கொண்டுவந்தது. நவாப்பின் அதிகார எல்லைக்குட்பட்டவைகளாக சம்பந்தப்பட்ட பாளையங்கள் இருந்தபோதும் அதை கும்பெனி ஏற்கவில்லை.

பாளையக்காரர்களோ, பாளையங்களில் வாழும் சாதாரண மக்களோ ஆயுதம் வைத்திருக்கவும், தயாரிக்கவும், தரிக்கவும் தடை விதிக்கப்பட்டது. அரசுக்கு ஆதரவாக இருக்கும் பாளையங்களுக்கு கொடுக்கப்பட்ட பகுதிகள் போக கட்டபொம்மனின் மாவட்டம் மற்றும் இதர துணை நிலைப்பகுதிகளின் நிர்வாகத்தை ஏற்ற கும்பெனி மீண்டும் இப்பகுதிகளில் கிளர்ச்சிகள் ஏற்படாமல் தடுக்க பாளையப் பாதுகாப்பிற்கான காவல் பணியையும், தேசக்காவல் வரிவசூல் உரிமையையும் தனதாக்கிக் கொண்டது.

பாளையங்களில் இருக்கும் கோட்டைகள் தேவையற்றவை. அதனால் எந்தப் பயனுமில்லை என்பதால் உடனடியாக அவைகள் இடிக்கப்பட வேண்டும் என்று உத்தரவிட்டது. அதைச் செய்வதற்காக பாளையக்காரர்கள் நிர்பந்திக்கப் பட்டனர். கோட்டைகளை இடிக்கவும், ஆயுதங்களை

ஒப்படைக்கவும் இடப்பட்ட உத்தரவை செயல்படுத்த பாளையக்காரர்கள் தாங்களாகவே கட்டளையிட வேண்டும். அதை கும்பெனி அதிகாரிகள் மேற்பார்வை செய்வார்கள். இப்பணிக்கென உதவி செய்ய கூலிகள் தேவைப்பட்டால் கும்பெனியே அதற்கான ஏற்பாட்டை செய்து தரும். ஆனால், அதற்காக ஆகும் செலவை சம்பந்தப்பட்ட பாளையக்காரரே ஏற்க வேண்டுமெனவும் அறிவுறுத்தப்பட்டது.

பாளையக்காரர்களுக்கு பானர்மேன் கொடுத்த இந்த நெருக்கடிகளால் அவனின் உத்தரவுக்கு பாளையங்கள் அடிபணிய நேர்ந்தது. 'பாங்ஷா' என்ற தளபதியின் கீழ் புறப்பட்ட படைகள் பாஞ்சாலங்குறிச்சி கோட்டையை இடித்துத் தரைமட்டமாக்கியது. இதன் தொடர்ச்சியாக திருநெல்வேலிச் சீமையில் இருந்த 42 கோட்டைகள் இடித்துத் தரைமட்டமாக்கப்பட்டன.

பாளையக்காரர்களுக்கு இட்ட உத்தரவில் 'ஆயுதங்களைப் பறிமுதல் செய்தல்' குறித்து பானர்மேன் இட்ட உத்தரவிற்கு சென்னை நிர்வாகம் தடை விதித்தது. ஆயுதங்களைப் பறிமுதல் செய்வதற்கு பதில் பாளையத்தில் இருப்பவர்களே ஆயுதங்களைத் திருப்பி ஒப்படைக்கும்படிச் செய்யவேண்டும் எனக் கூறியதோடு ஒப்படைக்கும் ஆயுதத்திற்கு ஏற்ப பரிசும், விலையும் கொடுக்கப்படும் என்றும் அறிவித்தது. இப்படி அறிவித்ததற்கு 'பாளையக்காரர்கள் ஆயுதம் தரித்தல் என்பது அவர்களுடைய நீண்ட கால பழக்கம் என்பதால் அதற்கெதிராக எடுக்கப்படும் நேரடி நடவடிக்கைகளால் எதிர் விளைவுகள்தான் ஏற்படும்' என சென்னைக் கவுன்சில் நினைத்திருக்கலாம் என ஆய்வாளர்கள் அனுமானிக்கின்றனர்.

பாளையங்களின் கோட்டைகள் இடிக்கப்பட்டு ஆயுதங்கள் திரும்பப் பெறப்பட்டது உறுதியாகும்வரை பாளையக்காரர்கள் தத்தம் பாளையங்களுக்குச் செல்ல அனுமதிக்கப்படவில்லை. அவர்கள் கயத்தாறிலேயே தடுத்து வைக்கப்பட்டிருந்தனர். ஒருவார காலத்திற்குள் அனைத்துக் கோட்டைகளும் இடித்து தரைமட்ட மாக்கப்பட்டதோடு ஆயுதங்களும் திரும்பப் பெறப்பட்டதை அதற்கென நியமிக்கப்பட்ட கும்பெனி தளபதிகளின் மூலம் பானர்மேன் உறுதிபடுத்திக்கொண்டான். அதன்பிறகே பாளையக்காரர்கள் கயத்தாறில் இருந்து பாளையங்களுக்குச் செல்ல அனுமதிக்கப்பட்டனர்.

தங்களின் செயல் திட்டத்தை நடைமுறைப்படுத்துவதற்கான உத்தரவுக்குக் கீழ்படியாத, கட்டுப்படாத பாளையப் பகுதிகளில் கும்பெனி நிர்வாகம் ராணுவத்தைக் குவித்தது. வரிகளை உயர்த்தியது. இதனால் பாளையத் தலைவர்களோடு அப்பாளையங்களின் மக்களும் பாதிக்கப்பட்டனர். மக்களுக்கு கும்பெனியின் மீதான வெறுப்புணர்வு அதிகமானது. கும்பெனியின் அடக்குமுறை தந்த விளைவுகள் குறித்து கர்னல் வெல்ஷ், 'அவர்களுடைய தலைவர்களை நிரந்தரமாக, கேவலமானமுறையில் காவலில் வைத்துவிட்டு பாஞ்சாலங் குறிச்சிக் கோட்டையும் மற்றும் சில கோட்டைகளும் இடித்துத் தள்ளப் பட்டிருக்கின்றன. மிகவும் தன்மான உணர்ச்சி மிகுந்த மக்களிடம் இத்தகைய நடவடிக்கையைக் காட்டியிருப்பது அவர்களுடைய அன்பைச் சம்பாதிக்கும் முறையில் அமைந்திருக்கவில்லை' என்று தன்னுடைய 'போர் நினைவுக் குறிப்பில்' குறிப்பிடுகிறார்.

எதுபற்றியும் கவலை கொள்ளாத கும்பெனி தன் முடிவுகளைச் செயலாக்குவதிலேயே முனைப்புக் காட்டியது. ஒரு கட்டத்தில் பாளையக்காரர்களின் அதிகாரங்கள் முழுமையாகப் பறிக்கப் பட்டு அவர்கள் வரிவசூல் செய்து தரும் ஏஜெண்டுகளாக (ஜமீன்) மாற்றப்பட்டனர். இத்தகைய நடவடிக்கைகள் மூலம் மட்டுமே பாளையங்களைத் தன் கட்டுப்பாட்டிற்குள் வைத்திருக்க முடியும் என கும்பெனி உறுதியாக இருந்தது. 'பாளையங்கள், கப்பம் கட்டுவோரை பணியச் செய்வதற்காக இதற்கு முன் மேற்கொண்ட பல முயற்சிகள் தோற்றுப்போன நிலையில் இந்த நடவடிக்கைகள் பெரும் வெற்றியாகக் கருதப்பட்டதோடு, தென்னிந்தியாவில் ஆட்சி முறையில் மாற்றங்களைக் கொண்டு வரவும் உதவியது' என்கிறார் கே. ராஜய்யன்.

பரம்பரை பரம்பரையாக இருந்து வந்த மரபு சார்ந்த துணை நிர்வாக அமைப்புகளை முற்றாக ஒழித்துக் கட்டவேண்டும் என்று கும்பெனி எடுத்திருந்த முடிவினை செயலாக்குவதற்கு கட்டபொம்மனின் வீழ்ச்சியை ஆரம்பமாக்கி அதற்கான சூழலை அமைத்துக் கொடுத்த பானர்மேன் தனக்கிடப்பட்ட பணியைச் செவ்வனே செய்து முடித்தான். 01.11.1799ல் இந்தியாவை விட்டுப் புறப்பட்டான்.

8

இரு கேள்விகள்

கட்டபொம்மன் வாழ்க்கையை எதிரும், புதிருமாக்கி விவாதத்திற்குள்ளாக்கும் வரலாற்றாய்வாளர்கள் அவரின் வாழ்க்கையை ஜாக்சனை சந்திப்பதற்கு முன், ஜாக்சனை சந்தித்ததற்குப் பின் என இரு பகுதிகளாகப் பிரித்து ஆராய்கின்றனர்.

ஏனெனில், ஜாக்சனைச் சந்திப்பதற்கு முன் கட்டபொம்மன் எடுத்த அத்தனை நிலைப்பாடுகளிலும் அவன் ஆங்கிலேயர்களுடன் சமாதானப் போக்கையே கொண்டிருந்தான். ஜாக்சனைச் சந்தித்த பின்பு அந்த நிலைப்பாட்டில் இருந்து விலகி புரட்சிப் பாதையை நோக்கி நகர ஆரம்பித்தான். அக்காலகட்டத்தில்தான் கட்டபொம்மன் விஷயத்தில் கும்பெனியின் அணுகுமுறையும் மாற ஆரம்பித்தது.

கட்டபொம்மனின் வாழ்க்கை வரலாற்றை வாசித்துக் கடப்பவர்களுக்கு அவர் சார்ந்து எழும் இரு கேள்விகளை முன்வைத்தே அவரின் வரலாற்றுப் பக்கங்களைத் தாழ்த்தியும், உயர்த்தியும் வரலாற்றாசிரியர்கள் நிரப்பி இருக்கிறார்கள். அந்தக்

கேள்விகள் என்ன? அதன் பொருட்டு முன் வைக்கப்படும் ஆதாரங்கள் என்ன? என்பதை நாமும் அறிந்துகொள்ளும்போது கட்டபொம்மனின் முழுச் சித்திரத்தையும் முழுமையாக உள் வாங்க முடியும்.

கட்டபொம்மன் நல்லவரா? கெட்டவரா?

'கடந்த நூற்றாண்டின் இடைக்காலத்தில் திருநெல்வேலியில் புலித்தேவர் எப்படி இருந்தாரோ அதேபோல அந்த நூற்றாண்டின் இறுதியில் எல்லா ஒழுங்கீனங்களுக்கும், அநீதிகளுக்கும் நடு நாயகமாக கட்டபொம்மன் இருந்தான்' என கால்டுவெல் கூறுகிறார். தமிழ்வாணனோ, 'கட்டபொம்மனை கொள்ளைக்காரன்' என வர்ணிக்கிறார்.

> அருங்குளத்திலே கம்பஞ்சாலைக் கதிர்
> ஆயிரங்கட்டையும் கொள்ளை கொண்டான்!
> வருமாங்குளகத் தட்டைப் படைப்பிலே
> வளர் நெருப்பைக் கொளுத்தி விட்டான்!
> விருதாய்ப் பொல்லாங்கு செய்கிறான் எங்கள்
> வீடுகளில் வந்து கொள்ளையிட்டான்!
> எப்போதும் போல் காட்டு நாயக்கன் பட்டியின்
> எல்லைச் சதிரிலே மேய்ந்த மாட்டை
> முப்பது நாற்பது பால்பசுவை ஓட்டி
> முந்நூறு எருமையும் கொள்ளை கொண்டான்!

என கட்டபொம்மன் கும்மிப்பாடல் கூறுகிறது.

புகழுக்கு நிகராக இகழவும் படுகின்ற கட்டபொம்மன் தன் ஆட்சிக்காலத்தில் முதன்முறையாக எட்டப்ப நாயக்கனோடு முரண் கொண்டான். எல்லைப் பிரச்னை சார்ந்து கொடுக்கப் பட்ட புகார் கடிதத்தில் தனக்குச் சொந்தமான அருங்குளம், கபாலபுரம் ஆகியவைகளை ஆக்கிரமித்து வைத்திருப்பதாக கட்டபொம்மன்மீது எட்டப்ப நாயக்கன் குற்றஞ்சாட்டி இருந்தான்.

இதனையடுத்து சிவகிரி பாளையப் பிரச்னையில் தலையிட்டு அந்த பாளையக்காரருக்கு எதிராக அவர் மகனுக்குத் திட்டம் வகுத்துக் கொடுத்தது, சேத்தூர் பாளையக்காரரைக் கொன்றது என கட்டபொம்மன் மீது புகார்கள் எழுந்தது.

நேரடி பாதிப்பிற்குள்ளான எட்டப்ப நாயக்கன், சிவகிரி பாளையக்காரரைத் தொடர்ந்து ஊத்துமலை பாளையக்காரரும் கலெக்டர் லூசிங்டனுக்கு 'பாஞ்சாலங்குறிச்சி பாளையக்காரர் அவரது 500 ஆட்களை அனுப்பி எனது கங்கை தாலுகாவில் வரிவசூல் செய்ய முயல்கிறார் என தகவல் அனுப்பினார். அருப்புக்கோட்டைக் காரர்களான திருமலை ஐயங்கார், கிருஷ்ணன், வெங்கடேஸ்வர ஐயர் ஆகியோரும் நாகலாபுரம் பாளையத்திற்குத்தான் காவல் வரி தர வேண்டும் என பாஞ்சாலங் குறிச்சி பாளையக்காரர் நிர்பந்திக்கிறார் என புகார் அளித்தனர். கட்டபொம்மன் தனது பாளையத்திற்குள் அத்துமீறி நுழைந்து கொள்ளையடித்ததாக ஊத்துமலை பாளையக்காரர் மீண்டும் ஒரு புகார் அனுப்பினார். தலைவன் கோட்டை பாளையக்காரர், 'பாஞ்சாலங்குறிச்சி பாளையக்காரரையும் அவரோடு இணைந்து நிற்கும் இதர பாளையக்காரர்களையும் ஒடுக்கி எங்களைக் காப்பாற்ற வேண்டும்' என்று கும்பெனிக்கு வேண்டுகோள் விடுத்தார். இப்படி சக பாளைய விவகாரங்களில் கட்டபொம்மன் நேரடியாகவும், மறைமுகமாகவும் தலையிட்டு வந்தான்.

கொலை, கொள்ளை உள்ளிட்ட செயல்களில் கட்டபொம்மன் தீவிரமாக இருந்தான் என்பதை 'பாஞ்சாலங்குறிச்சியான் மிஞ்சியையும் மிஞ்ச விடமாட்டான்', 'காதறுப்பான் கட்டபொம்மன்' என்ற சொலவடைகள் மூலமும், ஆழ்வார் திருநகரி ஆலய விழாவில் கொள்ளை, ஸ்ரீவைகுண்டம் தானியக்கிடங்கில் கொள்ளை மற்றும் பிற பாளையங்களுக்குச் சொந்தமான கிராமங்களில் கொள்ளையிட்ட நிகழ்வுகள் மூலமும் தமிழ்வாணன் குறிப்பிட்டுக் காட்டுகிறார்.

'தமது பாஞ்சாலங்குறிச்சிக் கோட்டையில் இருந்து ஆயுதம் ஏந்திய துணைவர்களுடன் புறப்பட்டுச் சென்று சர்க்கார் கிராமங்களிலும், பிற பாளையக்காரர்களின் கிராமங்களிலும் புகுந்து தாக்கி தன் கண்ணில் பட்டதையெல்லாம் கொள்ளை அடிப்பான். பல சமயங்களில் முக்கியமான கிராமத் தலைவர்களை தூக்கிக் கொண்டு போய்விடுவான்' என்கிறார் கால்டுவெல். தன்னுடைய கட்டபொம்மு நூலில் தி.நா. சுப்பிரமணியம், 'அவருடைய ஆட்கள் ஆழ்வார் திருநகரி, ஸ்ரீவைகுண்டம் முதலிய கிராமங்களுக்குச் சென்று பணம் திரட்டி வந்தனர். பணம் கொடுக்காதவர்களைக் கட்டி தூக்கி வந்துவிட்டனர்' என்கிறார்.

ஸ்ரீவில்லிபுத்தூரில் கும்பெனி படையின் தலைவனாக இருந்த கேப்டன் டைட்டன் தன் மேலதிகாரிகளுக்கு எழுதிய கடிதம் ஒன்றில், 'இன்று பாளையக்காரர்கள் ஒருவர் பகுதியில் மற்றொருவர் புகுந்து கொள்ளையிடுவதையும், நிராயுத பாணியான பொதுமக்களைக் கொடுமை செய்வதையும், படுகொலைகள் புரிவதையும் நாம் ஒப்புக்கொண்டுதான் ஆகவேண்டும். குறிப்பாக, பாஞ்சாலங்குறிச்சி பாளையக்காரன் செய்து வரும் கொடுமைகள் கொஞ்சநஞ்சமல்ல' என்று குறிப்பிட்டிருப்பதும் இங்கு கவனிக்கத்தக்கது.

பாளையப்பகுதிகளில் இருந்த நெசவாளர்களிடம் துணிகளை வாங்கி அதை தூத்துக்குடி துறைமுகம் வழியாக கும்பெனி ஏற்றுமதி செய்து வந்தது. அதற்காக அந்த நெசவாளர்களுக்கு முன்பணம் தரப்பட்டது. அதில் சரிபாதியை எடுத்துக்கொண்டு மீதி பணத்தை மட்டும் நெசவாளர்களுக்குக் கட்டபொம்மன் கொடுத்தான். விவசாயிகள் விளைவித்த தானியங்களில் நூறில் பதினாறு பங்கு மட்டுமே அவர்களுக்குத் தரப்பட்டது.

திருச்செந்தூரில் தீப ஆராதனை காட்டும் போது மணி அடிப்பதை பாஞ்சாலங்குறிச்சி கோட்டையில் இருந்து கேட்க ஏதுவாக மணிமண்டபங்களைக் கட்டபொம்மன் கட்டினான். அதற்கான சட்டங்கள், ஓலைகள் ஆகியவைகளுக்காக ஏராளமான பனை மரங்கள் வெட்டப்பட்டன. இதனால் அம்மரங்களைச் சார்ந்து தொழில் செய்துவந்த நாடார் சமூகத்தினர் பெரிதும் பாதிக்கப் பட்டனர். குரும்பூர் நாடார்கள் இதை எதிர்த்து போராட்டங்களை நடத்தினர் என்பது போன்ற தகவல்கள் நாட்டுப்புறக் கதைகள், கும்மி பாடல்கள் வழியாக பதிவாகி இருக்கின்றன.

இராமநாதபுரம் வந்து கலெக்டர் ஜாக்சனைச் சந்தித்த பின் ஏற்பட்ட கைகலப்பில் தப்பிய கட்டபொம்மனும், அவனுடன் வந்தவர்களும் பாஞ்சாலங்குறிச்சிக்குச் செல்லும் வழியில் வீதிகளில் புகுந்து கொள்ளையிட்டுச் சென்றனர். இதை -

சின்னக் கடைவீதியென்னும் தெருவிலே
சேரத் திரண்டதே கம்பளமும்.

தன்மையானகடை வீதியினையொரு
நாழிகையிற் கொள்ளை கொள்ளையென்றான்!

வீரபாண்டிய கட்டபொம்மன் | 95

பொன்னும், பணத்தையும் கொள்ளை கொண்டார் - பிச்சிப்
பூவும் கொழுந்துகள் கொள்ளை கொண்டான்.

சனனக் கம்பி சீலை, சரிகைச் சீலை
சாயச்சீலைகளும் கொள்ளை கொண்டார் -

என்று நாட்டார் பாடல்கள் காட்சிப்படுத்துகின்றன.

திருப்பதிப்பத்து என்ற ஊரில் கிஸ்தி தர மறுத்த செட்டியார் ஒருவரின் முதுகில் கல் ஏற்றி வைத்து கட்டபொம்மன் சித்ரவதை செய்தான். இதனால் மனம் வருந்திய அவர் தன் சொத்துகளை திருச்செந்தூர் முருகன் கோவிலுக்கு எழுதி வைத்துவிட்டார்.

கட்டுக்கு அடங்காத பாஞ்சால நகரை நான்
மங்கையானால் முத்துக் கருப்பாயி
கட்டை மண்ணாக்கி நிரத்திக்
காலால ஒப்புரவு செய்யாவிட்டால்

என ஸ்ரீவைகுண்டம் தானியக்கிடங்கு கொள்ளையின்போது பாண்டியத்தேவன் என்ற தன் மகனை இழந்த தாய் கட்டபொம்மனை சபிக்கிறாள்.

கோட்டை கட்டுவதற்காக தாழ்ந்த சாதிப் பெண்களை கட்டாயப் படுத்தி வேலைவாங்கியதோடு கட்டபொம்மனின் ஆட்கள் அவர்களை கெரண்டைக் காலிலே அடித்து துன்புறுத்தினர் என்பதை,

சுளகு போல் முருகிருக்க
கரண்டைக்காலில் அடித்தானே பாவி

என ஒரு பாடல் கூறுகிறது.

கட்டபொம்மனின் பின்னால் மக்கள் திரளவில்லை. பிற பாளையக்காரர்களை நம்பிய அளவுக்கு மக்களை அவன் நம்பவில்லை. கும்பெனியின் சென்னை அதிகாரிகளை அதிகம் நம்பினான். அவர்களிடம் தனக்கான தீர்வு கிடைக்கும் என்பதில் கடைசிவரை அசைக்கமுடியாத நம்பிக்கை கொண்டிருந்தான். ஜாக்சன் விஷயத்தில் அந்த நம்பிக்கை தந்த பாதுகாப்பு பானர்மேன் விசயத்தில் கிடைக்காமல் போனது துரதிருஷ்டம். வரிவசூலின் பெயரில் மக்களை வாட்டி வதைத்ததாலும்,

கிராமப்பகுதிகளில் புகுந்து கொள்ளை நடவடிக்கைகளில் இறங்கியதாலும் கட்டபொம்மனை மக்கள் விரும்பவில்லை. கட்டபொம்மன் 'கெட்டவன்', 'கொள்ளைக்காரன்' என்பதற்கு இத்தனை சாட்சியங்கள் அடுக்கப்பட்டாலும் அதற்கு ஆதரவும் இல்லாமல் இல்லை.

'கட்டபொம்மனின் இத்தகைய நடவடிக்கைகள் சர்க்கார் நிலங்களிலும், கும்பெனிக்கு ஆதரவாக நின்ற பாளையங் களிலும் மட்டுமே நடத்தப்பட்டது. அதனால் இதுவும்கூட ஆங்கிலேயர்களுக்கு எதிரான போராட்டமே' என கட்டபொம்மனுக்கு ஆதரவு நிலை எடுப்பவர்கள் வாதிடு கின்றனர். 'கட்டபொம்மன் பேரு சொன்னால் காகம் பறக்காதாம் பாஞ்சையிலே' போன்ற கட்டபொம்மு கதைப்பாடலையும், கட்டபொம்மனின் போராட்டத்தை வியந்து பேசும் கட்டபொம்மு கோலாட்டப்பாடலையும், 'கொடுத்தால் கட்டபொம்மன் கொடுக்கணும், விளைந்தால் கரிசல் காடு விளையனும்' போன்ற சொலவடைகளையும் ஆதாரமாக நிறுவுகின்றனர்.

புரட்சி வீரனா? பொட்டிப்பாம்பா?

கட்டபொம்மன் கும்பெனியிடம் கொண்டிருந்த இரட்டைக் கொள்கை அவன்மீது இப்படியான ஒரு கேள்வியை முன் வைக்கக் காரணமானது எனலாம். பாஞ்சாலங்குறிச்சியை ஒன்பது ஆண்டுகாலம் ஆட்சி செய்த கட்டபொம்மன் அக்காலகட்டத்தில் ஒரே ஒருமுறை மட்டுமே ஆங்கிலேயர்களை எதிர்த்தான். மற்ற நேரங்களில் எல்லாம் அவர்களுடன் உடன்பட்டுப் போவதிலேயே கவனம் கொண்டான்.

ஜாக்சன் பேட்டி காண வருமாறு கடிதம் எழுதினான். சந்திக்க வந்தபோது அலையவிட்டான். இதைக் கட்டபொம்மனும் உணர்ந்திருந்தான். 'ஜாக்சனின் சதித்திட்டம் வீரபாண்டியனுக்கு விளங்கிவிட்டது. இடம் விட்டு இடம் மாறும் கருத்து தன்னை அவமானப்படுத்தி அடிமை கொள்வதற்கேயாகும் என்பதை உணர்ந்து கொண்டான்' என ம.பொ.சிவஞானம் குறிப்பிடுகிறார். இப்படி உணர்ந்த கட்டபொம்மன் அவனைச் சந்திக்காமல் பாளையத்திற்குத் திரும்பவில்லை. மாறாக, 18

நாட்கள் அவனைப் பின்தொடர்ந்து சென்று இராமநாதபுரத்தில் சந்தித்தான்.

இத்தனை தூரம் தன்மானத்தை விட்டு கலெக்டரைப் பின் தொடர்ந்து சென்று கட்டபொம்மன் பேட்டி கண்டதற்கு, 'தன் பாளையம் பறிக்கப்பட்டு விடக்கூடாது' என்ற சுயநலமே காரணம் என்கிறார் தமிழ்வாணன். 'ஆங்கிலேயர்களோடு அவருக்கு முன்பு ஏற்பட்ட மோதல் ஒரு தெளிவான தேச பக்தியினால் அல்ல' என்கிறார் கே. ராஜய்யன். 'கட்டபொம்மன் ஆங்கிலேயரை எதிர்த்து சுதந்திரப் புரட்சியைத் தோற்றுவித்தான் என்றோ, நாட்டின் சுதந்திரத்தையும், குடிமக்களின் நலனையும் குறிக்கோளாகக் கொண்டிருந்தான் என்றோ கொள்ளுவதற் கில்லை' என்கிறார் கே.கே. பிள்ளை.

தனக்கிழைக்கப்பட்ட அவமானத்தை உணர்ந்தபோதும் அதை மறைத்து சமாதானம் கொள்ளவே அவன் விரும்பினான் என்பதற்கு ,

'தயவுள்ள பிரதானிக்குஞ் சேனைக்குஞ்
சகல பேர்க் கொரு சேதி சொல்லி
கண்ட சனம் நீங்களெங்கே போறீரென்று
கண்டிப்பாய்க் கேட்டவர் தங்களுக்கு
என்குமல் போற்றிய குற்றால நாதரை
இப்போ தெரிசிக்கப் போறோமென்று
சொல்லுங்கள் சொல்லுங்களென்று கட்டபொம்மு
துரையுஞ் சொல்லி வழிகூடி'

என்ற கட்டபொம்மு கதைப்பாடல் சான்றாகிறது.

அவமானப்படுத்தப்பட்டதாலும், தொடர்ந்து வரி கேட்டு கும்பெனி கொடுத்த நெருக்கடிகளாலுமே கட்டபொம்மன் புரட்சி வழியில் நடக்கலானான். உண்மையில் ஆங்கிலேய எதிர்ப்புணர்வு அவன் மனதில் இல்லை. தன் கோட்டையை ஆங்கிலேயப்படைகள் சுற்றி வளைத்தபோது மட்டுமே கட்டபொம்மன் எதிர்த்தான். மற்ற சமயங்களில் கும்பெனிக்கு எதிரான செயல்களில் ஈடுபட்டானேயொழிய நேரடியாக எந்த ராணுவ முகாமையும் தாக்கவில்லை.

பானர்மேனின் படைகளால் கோட்டை, தாக்குதலுக்கு உள்ளான போதும்கூட உள்ளிருந்து நடத்தப்பட்ட எதிர் தாக்குதலில் கும்பெனியின் தளபதிகள் பலியாயினர். கூடுதல் படைகள் வராவிட்டால் தங்களுக்கு இன்னும் அதிகம் சேதம் விளையும் என நினைத்த பானர்மேன் படைகளின் வருகைக்காகக் காத்திருக்கும் நிலையே அங்கிருந்தது. அப்படியிருக்க, தொடர்ந்து எதிர்க்காமல் ஆங்கிலேய உயரதிகாரிகளிடம் சமாதானம் பேச இரவோடு இரவாக தப்பிச் சென்றான். கட்டபொம்மனின் இந்த முடிவானது அவன் ஆங்கிலேயர்கள் எதிர்ப்பில் கட்டபொம்மன் கொண்டிருந்த இரு நிலை கொள்கையைத் தெளிவாக்குகிறது.

கட்டபொம்மன் தூக்கிலிடப்படுவதற்கு முன் அவனுக்கு மக்களிடையே அத்தனை பெரிய ஆதரவு இல்லை. சக பாளையக் காரர்களில் சிலரை தன்னோடு சேர்த்துக்கொண்டு மற்ற பாளையக்காரர்களை எதிர்த்தான். அவர்களின் பாளையங் களுக்குள் நுழைந்து கொள்ளையடித்தான்.

ஆங்கிலேய உயரதிகாரிகளை நம்பிய அளவிற்கு மக்களை நம்பவில்லை. கட்டபொம்மன் செய்த இந்தத் தவறை அவனின் தம்பி ஊமைத்துரையும், செவத்தையாவும் செய்யவில்லை. அவர்கள் மக்களை ஒன்று திரட்டி கும்பெனிக்கு எதிரான புரட்சியை ஒருங்கிணைத்தனர். இந்த எதிர்ப்புணர்வு மட்டுமே கும்பெனிக்கு திருநெல்வேலி சீமையில் பெரும் தடையாக பாஞ்சாலங்குறிச்சியை மாற்றியது.

இதனாலயே போராட்டக் களத்தைப் பொறுத்தவரை கட்டபொம்மனைவிட ஊமைத்துரை ஒருபடி மேலே வைத்து பேசப்படுகிறான். அதேநேரம், இந்த எதிர்ப்பு நிலையைத் திரட்ட கட்டபொம்மனுக்குத் தூக்குத் தண்டனையை ஆங்கிலேயர்கள் நிறைவேற்றியதும் ஒரு காரணம் என்ற கருத்தையும் மறுப்பதற்கில்லை.

‘தென்னகத்தில் ஆங்கிலேயரை எதிர்த்து முதல் விடுதலை முழக்கமிட்டவன் கட்டபொம்மனே’ என ம.பொ.சிவஞானம் கூறுகிறார். இதை சிலர் மறுக்கின்றனர். அவர்கள் அந்த இடத்தை பூலித்தேவனுக்கு தருகின்றனர். ஆனால், பூலித்தேவன் போரிட்டது நவாப்பை எதிர்த்து தானேயொழிய ஆங்கிலேயரை

எதிர்த்து அல்ல என்றும், கட்டபொம்மனே ஆங்கிலேயரை நேரடியாக எதிர்த்தவன் என்றும் தர்க்க ரீதியாகவும், வரலாற்றுச் சான்றுகள் ரீதியாகவும் தத்தமது மறுப்பை நிறுவ முனைகின்றனர். அதேநேரம் ம.பொ.சிவஞானத்தின் கூற்றை சற்றே மாற்றி, 'கட்டபொம்மன் பரம்பரையில் இருந்து வந்த முதல் எதிர்ப்புக்குரல் வீரபாண்டியக் கட்டபொம்மனுடயது' என்ற கருத்தை ஏற்கின்றனர்.

ஊமைத்துரை காட்டிய அளவிற்கு கட்டபொம்மன் எந்த எதிர்ப்பையும் கும்பெனிக்கு எதிராகக் காட்டவில்லை. தன் பாளையம் தவிர்த்து அவருடைய செயல்பாடுகள் கொள்ளை, கொலை என்ற அளவிலேயே இருந்தது. அது மக்களிடையே கட்டபொம்மன்மீது ஒரு வெறுப்புணர்வையே உருவாக்கி இருந்தது. புதுக்கோட்டையில் தன்னைக் கைது செய்யும் நோக்கில் கும்பெனிப் படைகள் சூழ்ந்த போது ஊமைத்துரை எதிர் தாக்குதல் நடத்த முயன்றபோது கட்டபொம்மன் அதைத் தடுத்து சரணடைந்தான். இப்படியான நிகழ்வுகள் உருவாக்கிய விவாதங்களை கட்டபொம்மனுக்கு கும்பெனி விதித்த தூக்குத் தண்டனையும், அது நிறைவேற்றப்பட்ட முறையும் அவனைப் புரட்சி வீரனாக்கியது எனலாம்.

9

கட்டபொம்மன் காலவரிசை

'**ச**ரித்திரம் எப்பொழுதும் தனக்குள் கண்டடைய வேண்டியவைகளை பத்திரமாக வைத்திருக்கும். அதைத் தேடிக் கண்டடையும் வேட்கையே சரித்திர ஆசிரியர்களையும், ஆய்வாளர்களையும் புதிய திறப்புகளுக்குள் நுழைய வழி வகுக்கிறது.'

இந்த எதார்த்த உண்மைக்கு வீரபாண்டிய கட்டபொம்மனின் வரலாறும் விதிவிலக்கல்ல என்பதே நிஜம். சம காலகட்டத்தில் ம.பொ.சி. அவர்களால் எழுதப்பட்ட 'வீரபாண்டிய கட்டபொம்மன்' நூலையும், தமிழ்வாணன் அவர்களால் எழுதப்பட்ட 'கட்டபொம்மன் கொள்ளைக்காரன்' நூலையும் வாசித்தால் இந்த நிஜம் தெரியும். இவ்விரு நூல்களும் முன்வைக்கும் ஆதாரங்கள் வாசிப்பவர்களுக்கு சரியாகவே தெரியும். அதேபோல, குருகதாஸபிள்ளை அவர்கள் எழுதிய 'திருநெல்வேலி சரித்திரம்' நூலையும், அதே தலைப்பில் கால்டுவெல் எழுதிய நூலையும் சுட்டலாம்.

என்னுரையில், 'முன்பே நம்மிடையே இருக்கின்ற ஆதாரங்கள், சான்றுகள் வழியே மட்டுமே வரலாறுகளை மீட்டுருவாக்கமோ,

மீளாய்வோ செய்ய முடிகிறது' என நான் சுட்டிக்காட்டியதற்கு ஏற்ப வீரபாண்டிய கட்டபொம்மன் நூலுக்கு மூல ஆதாரமாக இருக்கக்கூடிய சான்றுகளில் ஒன்றான ஜெகவீரபாண்டியனார் எழுதிய 'பாஞ்சாலங்குறிச்சி வீர சரித்திரம்' நூலில் அவர் காட்டியிருக்கும் காலவரிசை 12 ம் நூற்றாண்டிற்கு முன்பே ஆரம்பமாகிறது. அவர் காட்டும் கால வரிசைப்படி:

- பால்ராஜா
- ஜகவீரபாண்டிய கட்டப்பொம்மு - 1148 - 1171
- வீரபொம்மு - 1171 - 1201
- கெட்டி பொம்மு - 1201 - 1230
- ஆதிராமு - 1230 - 1254
- சின்ன பொம்மு - 1254 - 1282
- வீரராமு - 1282 - 1302
- துரைராஜன் - 1302 - 1327
- நல்ல பொம்மு - 1327 - 1354
- முத்துவிஜயராமு - 1354 - 1375
- வீரசூடாமணி - 1375 - 1405
- தளவாய் குமாரசாமி - 1405 - 1428
- வீரமல்லு - 1428 - 1450
- அதிவீரராமு - 1450 - 1480
- ரண வீரசின்னு - 1480 - 1493
- வீரசேகரன் - 1493 - 1501
- ரக்நாதன் - 1501 - 1513
- ஜெகவீரபொம்மு - 1513 - 1522
- விஜயராகவன் - 1522 - 1532
- இராசபாண்டியன் - 1532 - 1544
- துரைமல்லு - 1544 - 1554
- பொம்முதுரை - 1554 - 1560
- துரைசிங்கம் - 1560 - 1568
- ஜெகவீரராமு - 1568 - 1575

- துரைராஜ பாண்டியன் - 1575 - 1583
- கெட்டிதளவாய் - 1583 - 1588
- விஜயரகுராமன் - 1588 - 1595
- ராஜபொம்மு - 1595 - 1604
- வீர சென்னவன் - 1604 - 1611
- பராக்கிராம பாண்டியன் - 1611 - 1623
- விஜயரகுபதி - 1623 - 1630
- துரைராஜ பொம்மு - 1630 - 1636
- வீரதளவாய் - 1636 - 1641
- விஜயரகுநாதன் - 1641 - 1648
- குமாரவீரன் - 1648 - 1653
- ரணவீரராமு - 1653 - 1659
- ரகுவீரராமன் - 1659 - 1670
- பால்ராஜ பொம்மு - 1670 - 1676
- ரகுவீரணன் - 1676 - 1681
- ஜகவீரராகபன் - 1681 - 1689
- சின்ன பொம்மேந்திரன் - 1689 - 1694
- ஜகவீரராமகுமாரசாமி - 1694 - 1700
- ராஜசூடாமணி - 1700 - 1709
- ரகுவீரபாண்டியன் - 1709 - 1736
- பால்பாண்டியன் - 1736 - 1760
- ஜெகவீரகட்டப்பொம்மு - 1760 - 1790
- வீரபாண்டியன் - 1790 - 1799

என நீள்கிறது.

இந்த வீரபாண்டிய கட்டபொம்மன் காலவரிசையை மறுக்கும் தமிழ்வாணன், 'இந்த வரிசை, சரித்திரத்திற்கு முற்றிலும் மாறுபட்ட கற்பனை கட்டுக்கதை' என கடுமையாகச் சாடுகிறார். தன் சாடலுக்கு ஆதாரமாக 18ம் நூற்றாண்டில்தான் வரலாற்றில் பாஞ்சாலங்குறிச்சி அடையாளப்படுத்தப்படுவதையும்,

சரித்திரப் பேராசிரியரும், ஆந்திர பல்கலைக்கழக முன்னாள் துணைவேந்தருமான சி.ஆர். ரெட்டி அவர்கள் 'தமிழகத்தில் ஆந்திரர்கள் குடியேற்றம் கி.பி. 14ம் நூற்றாண்டிற்கு பிறகுதான்!' எனக் கூறியிருப்பதையும் முன்வைக்கிறார்.

அதோடு, வீரபாண்டிய கட்டபொம்மனின் காலவரிசை 1709ல் (கட்டபொம்மன் பரம்பரை பாஞ்சாலங்குறிச்சி பாளையக்காரன் என்ற அந்தஸ்தைப் பெற்ற ஆண்டு) இருந்து தொடங்குவ தாகவும், அப்போது பாஞ்சாலங்குறிச்சியின் பாளையக்காரர் கட்ட பிரமையா என்ற கெட்டிபொம்மு நாயக்கர் என்றும் குறிப்பிடுகிறார். ஜெகவீரபாண்டியனாரோ அக்காலகட்ட கட்டபொம்மன் பரம்பரை பாளையக்காரர் ரகுவீரபாண்டியன் என்கிறார்.

கட்டபொம்மனின் காலவரிசையையும், பாஞ்சாலங்குறிச்சி பாளையத்தையும் பற்றிப் பேசும் இத்தகைய மூல ஆதாரங்களை பிந்தைய ஆய்வாளர்கள் ஆதாரங்களுடனே மறுத்தபோதும் ஏற்பதற்கான ஆதாரங்களும் கிடைக்கிறது.

உதாரணமாக, கட்டபொம்மன் பரம்பரையை தூக்கி வைத்து எழுதிய ஜெகவீரபாண்டியனார் அவன் புகழ்பாடும் நாலாயிரம் பாடல்களைக் கொண்ட நமச்சிவாயக் கவிராயரால் எழுதப்பட்ட கலியுகப் பெருங்காவியத்தை 'பொய் பல புனைந்து' என்று வருணிக்கிறார். மாறாக, ம.பொ.சி.யோ அக்காவியத்தை புகழ்கிறார். அவ்வாறே, பாஞ்சாலங்குறிச்சி பாளையம் 17ம் நூற்றாண்டு வாக்கில் உருவான நிலையில் எப்படி அவன் பரம்பரை 12ம் நூற்றாண்டில் பாளையக்காரராக இருந்திருக்க முடியும்? என கேள்வி எழுப்பும் ஆய்வாளர்கள் அதற்காகத் தரும் 72 பாளையங்களின் பட்டியலில் பாஞ்சாலங்குறிச்சி இடம் பெற்றிருக்கவில்லை.

ஆனால், இந்த ஆதாரத்துக்கு முன்பே வெளிவந்த மா. அனந்தநாராயணன் அவர்களால் தமிழாக்கம் செய்யப்பட்ட 'திருநெல்வேலி தளவாய் முதலியார் குடும்ப வரலாறு' நூலில் 72 பாளைய வரிசையில் பாஞ்சாலங்குறிச்சியும் இருக்கிறது. அதேநேரம், பாளையங்களின் எண்ணிக்கை ஆட்சியாளர்களின் ஆட்சி முறைக்கேற்ப அவ்வப்போது மாறிக்கொண்டே இருந்தது என்ற குறிப்பும் வாசிக்கக் கிடைக்கிறது.

பெரும்பாலான வரலாற்றாசிரியர்கள் நேரடியாக வீரபாண்டிய கட்டப் பொம்மனில் தொடங்கி அதற்குப் பிந்தைய நிகழ்வுகளோடு அவனுடைய வரலாற்றை முடித்திருக்கிறார்கள். வீரபாண்டிய கட்டபொம்மனை வீரனாக அடையாளப்படுத்தவேண்டும் என்பதே அதற்கு முக்கிய காரணமாக இருப்பதை அத்தகைய நூல்களை வாசிக்கும்போது அறிந்து கொள்ள முடிகிறது.

இந்த நோக்கத்திற்கு கட்டபொம்மனின் காலவரிசையும், அப்பரம்பரை காலூன்றியதற்கான ஆரம்ப வேரும் முன் நிற்கவில்லை என்பதும்கூட ஒரு காரணமாக இருந்திருக்கலாம். இன்றளவும் வீரபாண்டிய கட்டபொம்மனின் காலகட்டமும், அதற்கு பிந்தைய நிகழ்வுகளும் மட்டுமே பெரும்பாலான ஆசிரியர்களால் சான்றாதாரங்கள் அடிப்படையில் ஏற்றுக்கொள்ளப்பட்டிருக்கிறது.

எப்படியாயினும், வீரபாண்டிய கட்டபொம்மனின் கால வரிசை என்பது இன்னும் அறுதியிடப்படாத ஒன்றாகவே வரலாற்றாய்வாளர்களிடையே இருந்து வருகிறது, அது வருங்காலத்தில் கிடைக்கும் ஆவணங்கள் வழி புதியதாகவும் இருக்கலாம்.

10

கட்டபொம்மன் - எட்டப்பன்

யாரையாவது நாம் காட்டிக் கொடுக்க நேர்ந்தால் (நேர்மை தவறியவராயினும்) அவர் உடனே 'எட்டப்பன் வேலை பார்க்காதே' என்பார். 'காத்து நின்றவன் கட்டபொம்மன்; காட்டிக் கொடுத்தவன் எட்டப்பன்' என்பது சொலவடை. கட்டபொம்மனுக்கும், எட்டப்பனுக்கும் அப்படி என்ன வாய்க்கால் தகராறு இருந்திருக்கும்? அது வரலாற்றுத் தகவலாக உருமாறி தலைமுறைகளுக்கும் உதாரணமாகி நீண்டு வர என்ன காரணம்?

எட்டப்ப நாயக்கருக்கு ஆதரவாக எழுதப்பட்டிருக்கும் நூல்களில்கூட இதற்கான காரணங்கள் தெளிவாக இல்லை என்றபோது ஒரு சில நூல்களில் அங்கொன்றும், இங்கொன்றுமாய் சில தகவல்கள் வாசிக்கக் கிடைக்கிறது.

கட்டபொம்மன் பரம்பரையில் வந்த காட்ர கட்ட பிரமையா, எட்டப்ப நாயக்கனிடம் அடைப்பக்காரனாக இருந்தான். அவனுடைய யோசனை, திட்டப்படி தன் பாளையத்திற்கு

அருகில் இருந்த வளமை நிறைந்த செக்காரபட்டியை தன் பாளையத்தோடு இணைக்க எட்டப்பன் நினைத்தான். அதற்கான வேலைகளும் ஆரம்பமாயின. திட்டமிட்டபடி அவ்வூரில் குடியேறிய காட்ர கட்ட பிரமையா அங்கு காலியாக இருந்த ஊர்காவல் வேலையையும் பெற்றான். அதன் பின் சுற்று வட்டாரத்தில் இருந்த தன் உறவினர்களையும், இனத்தவர் களையும் செக்காரபட்டியில் குடியேற்றினான்.

நினைத்தபடி எல்லாம் நடந்து கொண்டிருந்ததில் மகிழ்ந்த எட்டப்பன் திடீர் தாக்குதல் நடத்த திட்டமிட்டான். இங்குதான் காட்ர கட்ட பிரமையா தன் சூழ்ச்சியை செயல்படுத்த நினைத்தான்.

அக்காலகட்டத்தில், நாயக்கர்களால் வீழ்த்தப்பட்ட பாண்டிய பேரரசின் வம்சத்தில் சிதறுண்டவர்கள் சிற்றரசர்களாக மாறி பஞ்சவழுதிகள் என்ற பெயரில் தென் பகுதியில் ஆட்சி செய்து கொண்டிருந்தனர். அவர்களிடம் எட்டப்பன் படையெடுத்து வரும் திட்டம் குறித்து காட்ர கட்ட பிரமையா போட்டுக் கொடுத்தான். இதை அறியாது படையெடுத்து வந்த எட்டப்பனின் படைகள் முன்பே அங்கு பதுங்கி இருந்த பஞ்சவழுதிகளிடம் சிக்கி தாக்குதலுக்குள்ளாகி திரும்பி ஓடியது. போரில் வென்ற பஞ்சவழுதிகளுக்கு வெற்றி விழா நடத்தி அவர்களோடு காட்ர கட்ட பிரமையா சேர்ந்தான்.

இந்த சூழ்ச்சித் திட்டம் பின்னரே எட்டப்பனுக்குத் தெரியவந்தது. பழி வாங்க நினைத்தபோதும் அதற்கான வாய்ப்பு அமையாமலே போனது. ஆனால், அந்த பழியுணர்ச்சி அவன் வழிதோன்றல்களுக்குச் சொல்லப்பட்டு பல தலைமுறை களுக்குப் பின் வீரபாண்டிய கட்டபொம்மன் காலத்தில் அது தீர்த்துக்கொள்ளப்பட்டது. அப்போதைய எட்டப்ப வாரிசால் வீரபாண்டிய கட்டபொம்மன் ஆங்கிலேயர்களிடம் காட்டிக் கொடுக்கப்பட்டான். இந்த செவிவழிக் கதைக்கு ஆதார சான்றுகள் ஏதுமில்லாதபோதும் காலந்தோறும் சொல்லப்பட்டு வருகிறது. சூழ்ச்சிகளால் நெய்யப்படுவதுதான் ஆட்சியும், அதிகாரமும் என்ற அடிப்படை சித்தாந்தம் இந்தக் கதையை இன்னும் ஈரமாகவே வைத்திருக்கிறது.

காட்டிக் கொடுத்த கட்டபொம்மன் பரம்பரை காவல் பரம்பரையாகவும், காவு வாங்கப்பட்ட எட்டப்பன் பரம்பரை

காட்டிக் கொடுத்த பரம்பரையாகவும் மாறிப்போனதற்கு கட்டபொம்மனுக்கு ஆதரவாகவும், எட்டப்பனுக்கு ஆதரவாகவும் சார்பு நிலை வரலாற்றை வரலாற்றாசிரியர்கள் எழுதியதே காரணம் என சில நடுநிலையாளர்கள் மதிப்பீடுகளை முன் வைக்கின்றனர். அதற்கு ஆதாரமாக அச்சமயத்தில் கிழக்கு பகுதி பாளையங்களுக்கு எட்டையபுரமே தலைமை வகித்ததையும், கட்டபொம்மன் பரம்பரை தன் குல தெய்வமான ஜக்கமா ஆலயம் மூலம் அதை பாஞ்சாலங்குறிச்சிக்கு மாற்றியதையும், வீரபாண்டிய கட்டபொம்மனுக்கு முன்புவரை அவனுடைய பரம்பரையினர் கும்பெனியர்களுக்கு அடங்கியவர்களாகவே இருந்ததையும் சுட்டிக் காட்டுகின்றனர்.

கட்டபொம்மனுக்கும், எட்டப்பனுக்குமான அடையாளங்கள் மாறிப்போனது எதார்த்தமான நிகழ்வா? அல்லது திரும்பத் திரும்ப ஒன்றைச் சொல்வதன் மூலம் எதையும் மாற்றிவிட முடியும் என்பதற்கான சாட்சியா? என்பது இன்னும் ஆய்வுக்குரிய விஷயமாகவே இருக்கிறது.

ஆக்கத்திற்கு உதவிய நூல்கள்

1. விடுதலைப்போரில் தமிழகம் - முதல் தொகுதி - ம.பொ.சிவஞானம் - எல்.கே.எம். பப்ளிகேஷன்ஸ்.

2. தென்னாட்டுப் போர்க்களங்கள் - கா. அப்பாதுரை - மெய்யப்பன் தமிழாய்வகம்.

3. கால்டுவெல் திருநெல்வேலி சரித்திரம் - பேரா.ந.சஞ்சீவி, பேரா.கிருஷ்ண சஞ்சீவி - காவ்யா பதிப்பகம்.

4. திருநெல்வேலி சீமைச் சரித்திரம் - குருகதாஸப்பிள்ளை - காவ்யா பதிப்பகம்.

5. தாய்நில வரலாறு - 2 - பேரா. கோ. தங்கவேலு - அமிழ்தம் பதிப்பகம்.

6. தமிழ்நாட்டுப் பாளையக்காரர்களின் தோற்றமும், வீழ்ச்சியும் - ஆங்கில மூலம் - கே.ராஜய்யன் - கருத்துப்பட்டறை பதிப்பகம்.

7. பாஞ்சாலங்குறிச்சி வீரசரித்திரம் - தொகுதி - 1 - ஜெகவீர பாண்டியன் - சி.வரதராஜுலு நாயுடு பிரஸ்.

8. கட்டபொம்மனும், கலெக்டர் ஜாக்சனும் - செ. திவான் - சுஹைனா பதிப்பகம்.

9. கட்டபொம்மன் கொள்ளைக்காரன் - தமிழ்வாணன் - மணிமேகலைப் பிரசுரம்.

10. விடுதலைக்கு வித்திட்ட வீரபாண்டிய கட்டபொம்மன் - ஈச்சாந்திமங்கலம் முருகேசன் - பிரகாஷ் பப்ளிகேஷன்ஸ்.

11. வீரபாண்டிய கட்டபொம்மு கதைப்பாடல் - நா.வானமாமலை - மதுரை பல்கலைக்கழகம்.
12. கட்டபொம்மு கதை - கொத்தமங்கலம் சுப்பு - விகடன் பிரசுரம்.
13. கட்டபொம்மு - தி.நா.சுப்பிரமனியன் - நியூ செஞ்சுரி புக் ஹவுஸ்.
14. முதல் முழக்கம் - ம.பொ. சிவஞானம் - இன்ப நிலையம்.
15. முதல் விடுதலைப் போர் - கவிஞர். நந்திவர்மன் ஜீவன் - நர்மதா பதிப்பகம்.
16. மாவீரன் பூலித்தேவன் - ந. இராசையா - காவ்யா பதிப்பகம்.
17. மானங்காத்த மருதுபாண்டியர் - பேராசிரியர். ந. சஞ்சீவி - பானு பதிப்பகம்.
18. மருதுபாண்டிய மன்னர்கள் - மீ. மனோகரன் - அன்னம் பதிப்பகம்.
19. விடுதலை வேர்கள் - சு. சண்முக சுந்தரம் - தன்னனானே வெளியீடு.
20. தென்னாட்டுக்கோட்டைகள் - எஸ். குணசேகரன் - ஜெனரல் புக் கம்பெனி.
21. தமிழக வரலாறும், மக்கள் பண்பாடும் - கே.கே. பிள்ளை - உலகத் தமிழாராய்ச்சி நிறுவனம்.
22. தானாதிபதி பிள்ளை - வே. மாணிக்கம்.
23. www.vinavu.com/2010/12/06/kattabomman
24. success4learn.blogspot.co?m/2018/09/18_23.html

தமிழகப் பாளையங்களின் வரலாறு

மு. கோபி சரபோஜி

தமிழக வரலாற்றில் மட்டுமல்ல தென் இந்திய வரலாற்றிலும் பாளையங்களின் இடம் முக்கியமானது. கட்டபொம்மன், ஊமைத்துரை என்று சில சாகசக் கதைகள் கடந்து, அங்கும் இங்குமாகச் சில சம்பவங்கள் கடந்து இந்தக் காலகட்டத்தை நாம் தெளிவாக விளங்கிக்கொள்ளவில்லை என்பதே உண்மை.

நீங்கள் விரும்பும் புத்தகம் உங்கள்
வீடு தேடி வர அழையுங்கள்

Dial for Books

94459 01234

9445 97 97 97

WhatsApp No

95000 45609

www.dialforbooks.in

www.amazon.in

www.flipkart.com